D1771921

நாவல்

ஐந்தவித்தான்

ரமேஷ் பிரேதன்

டிஸ்கவரி புக் பேலஸ்

கே.கே.நகர் மேற்கு, சென்னை - 600 078.
(பாண்டிச்சேரி கெஸ்ட் ஹவுஸ் அருகில்)
Ph: 044-6515 7525 Mobile: +91 87545 07070

ஐந்தவித்தான் (நாவல்)
ஆசிரியர்: ரமேஷ் பிரேதன்
தாபிதா மைத்ரி©

Ainthaviththaan (Novel)
Author: Ramesh Predan
Thabitha Maitri©

Publisher: Discovery Book Palace (p) Ltd.
First Edition: Aug - 2016
Pages: 168 - ISBN: 978-93-84301-92-7
Cover Drawing: V.Karthik
Book Design: R.Prakash

Discovery Book Palace (P) Ltd,
6, Mahaveer Complex, Munusamy Salai,
K.K.Nagar West,Chennai-600 078.
Ph: +91 - 44-6515 7525
Mobile: +91 87545 07070

E-mail: **discoverybookpalace@gmail.com,**
Website: **www.discoverybookpalace.com**

Rs. 140

ரமேஷ் பிரேதன் (1964)

புதுச்சேரியைப் பிறப்பிடமாகக் கொண்டவர்.

பிரேம் உடன் இணைந்து இருபத்தொரு நூல்களை எழுதியவர். இது அகவை ஐம்பதில் வெளிவரும் முப்பதாவது நூல்.

ஒரே மகள்; தாபிதா மைத்ரி, ஸொர்போன் பல்கலைக்கழக மாணவி.

'ரத்தக்கொதிப்பு' என்கிற தேர்ந்தெடுத்த கவிதைகளின் பெருந்திரட்டு வெளிவரவுள்ளது.

தொடர்புக்கு:

89036 82251

rameshpredan@gmail.com

ரமேஷ் பிரேதன்: தேர்ந்தெடுத்த சில நூல்கள்

புனைவுகள்

அதீதனின் இதிகாசம்

மகாமுனி

குருவிக்காரச் சீமாட்டி

சொல் என்றொரு சொல்

அவன் பெயர் சொல்

அயோனிகன்

ஐந்தவித்தான்

அல்புனைவுகள்

சிதைவுகளின் ஒழுங்கமைவு: பின்நவீனத்துவப் பிரச்சினைப்பாடுகள்

கட்டுரையும் கட்டுக்கதையும்: பின்நவீனத்துவ நோக்கு

பேச்சு - மறுபேச்சு: பின்நவீனத்துவம் நோக்கி

கவிதைகள்

ரத்தக்கொதிப்பு (தேர்ந்தெடுத்த பெருந்திரட்டு)

காந்தியைக் கொன்றது தவறுதான்

சாராயக்கடை

பன்றிக்குட்டி

மனநோயர் காப்பகத்தில் பின்காலனிய நாட்டின் கவிஞன்

நன்றி

பிரேமா
பேராசிரியர். ப. இரவிக்குமார்
கரசூர் கந்தசாமி
ர. சுரேஷ்
கரிகாலன்
வேமு.பொதியவெற்பன்
பா.செயப்பிரகாசம்
புதுஎழுத்து மனோன்மணி
தி. கண்ணன்
யவனிகா ஸ்ரீராம்
தேவேந்திரபூபதி
கலாப்ரியா
கோணங்கி
ஜெயமோகன்

வேலு. குமார் நினைவுகளுக்கு..

பகுதி ஒன்று

மனநோயின் தோற்றமும் வளர்ச்சியும்

1

மழை என்பது ஒரு சொல் அன்று; அது மழைதான். மேலும், புதுச்சேரியின் பின்–காலனிய மழைக்கென்று தனித்த ஈரமும் வாசனையுமுண்டு. வெள்ளை நகரத்தில் பெய்யும் பிரெஞ்சு ஓ தெ கொலாஞ் மழை. கறுப்பு நகரத்தின் சாராய நெடிகொண்ட மழை. மூன்று நாட்களாகத் தொடர் மழை. தெருவில் சவுக்கைக் கம்பங்கள் மூங்கில் குச்சிகள் வாழை மட்டைகள் மணக்காத பூக்களின் சரங்கள் எனப் போட்டு, மழை மீண்டும் வலுப்பதற்குள் பாடையைக் கட்டிக்கொண்டிருந்தனர். சாமந்திப்பூவின் சாவு மணம் தெருமுழுக்கக் குமைந்தது. மழையில் நனைந்த சொரி நாய்கள் மூன்று அங்குமிங்கும் ஒன்றையொன்று விரட்டியபடி ஓடிக் கொண்டிருந்தன.

ஒழுகும் கூரை வீட்டில் ஏற்கெனவே நனைந்த பிணத்தை மீண்டும் குளிக்க வைத்தனர். பெண் பிணத்திற்கு சில பெண்கள் பரபரப்பாகச் சடங்குகளைச் செய்தனர். விடியவிடிய மழையில் நனைந்த பிணம் கூழாங்கல்லாகி விட்டிருந்தது. இளம் சடலம். மொட்டையடித்து வளர்ந்த குத்திட்ட முடி. பல நாட்கள் குளிக்காத உடலிலிருந்து பத்தைப் பத்தையாக அழுக்கு மழையில் ஊறி நாறியது. ஒருத்தி காறிக்காறித் துப்பியபடி இருந்தாள். கூட்டமே இல்லாத சாவு வீட்டில் எங்கும் ஈரம் நசநசத்துப் புழுங்கியது. நீண்ட காலத்திற்குப் பிறகு முதல்முதலாக சிங்காரிக்கப்பட்ட தனது அக்காவை வைத்த கண் வாங்காமல் பார்த்துக் கொண்டிருந்தான் மாதவன்.

அக்காவின் சாவிற்கு அப்பா வருவார் என அம்மா சொல்லிக் கொண்டிருந்தாள். கடந்த ஆண்டு பள்ளி தொடங்கியபோது நோட்டுப் புத்தகங்கள் வாங்கிக் கொடுத்துவிட்டுப் போனவர் திரும்பி வரவேயில்லை. சாவை எடுப்பதற்குள் அப்பா வந்துவிடவேண்டும் என்ற தவிப்பு அவனிடம் கூடிக்கொண்டே இருந்தது. அப்பாவைப் பார்க்க வேண்டும். அவர்மீது கமழும் பீடிமணம் அவனுக்கு மறந்தேவிட்டது. அக்காவை அவருக்கு

ரொம்பப் பிடிக்கும். அக்காவின் மூத்திர வீச்சம் அவளிடம் யாரையும் நெருங்கவிடாது. தூங்கிக்கொண்டிருக்கும் அவளை வாஞ்சையோடு தூக்கி மடியில் கிடத்திக்கொள்வார். அப்பாவை அவனுக்கும் ரொம்பப் பிடிக்கும். அவரிடம் நெருங்கினால் அம்மா எரிந்து விழுவாள் என்ற பயத்தில் மாதவன் விலகியே இருப்பான். அப்பா சீக்கிரம் வரவேண்டுமெனச் சாமியை வேண்டிக்கொண்டான்.

மழை மீண்டும் தூறலெடுத்தது. அக்காவைப் பாடையில் கிடத்தும்போது அம்மா கதறி அழுதாள். அம்மாவின் அழுகையை ஆச்சர்யத்தோடு பார்த்தான். அம்மா எதற்காகவும் அழமாட்டாள். பிறரை அழவைப்பதில் கை தேர்ந்தவள். அப்பா தொலைந்து போகும்போதெல்லாம் வீட்டிலிருந்து அழுதுகொண்டேதான் சென்றிருக்கிறார். அக்கம்பக்கத்து வீட்டார் பாடையைத் தூக்க அவன் கொள்ளிச் சட்டியைத் தூக்கிக் கொண்டான். சாவு புறப்பட்டபோது வேகமாக வந்துநின்ற ரிக்ஷாவிலிருந்து அப்பா கலங்கிய முகத்தோடு இறங்கினார். அவரைக் கண்டதும் மாதவனின் முகம் பரபரப்பானது.

அம்மா அழுகையை நிறுத்திவிட்டு கணவனை முறைத்துப் பார்த்தாள். அவர் அவளது பார்வையைத் தவிர்த்தபடி பையனிடமிருந்து கொள்ளிச் சட்டியை வாங்கிக்கொண்டார். அவன் அப்பாவை உரசியபடியே முன் நடக்க, பாடை சுடுகாட்டை நோக்கி நகர்ந்தது. முதுகுக்குப் பின்னால் அம்மாவின் அழுகையும் அப்பா மீதான வசை மொழியும் பாடையைப் பின் தொடர்ந்து வருவதை உற்றுக் கேட்டபடி நகர்ந்தான்.

அக்கா அடர்த்தியாகப் புகைந்தாள். பிறகு மெல்ல எரியத் தொடங்கினாள். சுடுகாட்டிற்கு வெளியே தண்ணீர்க் குழாயடியில் அப்பா குளித்தார். சிலர் கை கால்களைக் கழுவிக்கொண்டனர். மாதவனுக்கு அப்பாவைப் பார்க்கப் பார்க்கப் பாவமாக இருந்தது. கூட்டம் கலைந்து அந்தப் பகுதியே வெறிச்சோடியது. மழையிரவு அப்பாவையும் மகனையும் கவியத் தொடங்கியது. அவர் ஈரத்தலையை வேட்டியால் துவட்டியபடியே மகனைப் பார்த்தார். அவரைப் பார்த்து அவன் கண்கள் கலங்கின. அப்பாவின் மார்பு எலும்புகள் வரிசையாகத் தெரிவதை மனத்திற்குள் எண்ணிக் கொண்டிருந்தான். ஆளரவமற்ற பாதையின் இருபுறங்களிலும் ஆலமரங்கள் வரிசையாக ஈரயிருளில் அசைவற்று நின்றன. மின்மினிகள் தொடும் தூரத்தில் மிதந்தன. அப்பா அவனது கையை இறுகப் பற்றிக்கொண்டார். வீட்டுத் தெரு முனையில் தயங்கி நின்றவர் அவனது தலையைக் கோதினார். சட்டைப்

பையிலிருந்து பணத்தை எடுத்து அவனிடம் தந்தவர் நெற்றியில் முத்தமிட்டுவிட்டு வந்தவழியே விடுவிடுவெனத் திரும்பிப் பார்க்காமல் நடந்தார்.

அப்பா சென்ற பாதையின் இருட்டையே மாதவன் பார்த்துக் கொண்டிருந்தான். பாவாடை சட்டையில் முடி முளைத்த மொட்டைத் தலையுடன் அக்கா அப்பாவின் கையைப் பிடித்து இருட்டுக்குள்ளிருந்து வருவது போலிருந்தது. பயத்தில் இருண்ட தெருவில் வீட்டை நோக்கி ஓடத்தொடங்கினான். வாசலில் நின்று அடுத்தவீட்டுப் பெண்ணுடன் அம்மா பேசிக்கொண்டிருப்பது காவிளக்கொளியில் துலங்கியது. அம்மாவைக் கூப்பிட்டபடியே வீட்டிற்குள் சென்று மண்தரையில் விரிக்கப்பட்டிருந்த சாக்கின்மீது அமர்ந்தான். உள்நுழைந்த அம்மா அவனை வெறுமையாகப் பார்த்தாள். அப்பா கொடுத்திருந்த பணத்தைக் கால்சட்டைப் பையிலிருந்து எடுத்து அவளிடம் நீட்டினான். பணத்தை வாங்கி எண்ணத் தொடங்கினாள். அவனும் உடன் எண்ணினான்; ஒருரூபாய்த் தாளும் இரண்டு ரூபாய்த் தாளுமாக நூறு ரூபாய் இருந்தது. மாதவன் அப்படியே சுருண்டு படுத்துக்கொண்டான். அவளும் கதவடைத்து, விளக்கை அணைத்துவிட்டு மகனின் பக்கத்தில் படுத்தாள். கடவுளே மழை மீண்டும் வரக்கூடாது என்று முனகியபடி மகனை அணைத்துக்கொண்டாள்.

2

மறுநாள் அக்காவின் சாம்பலைச் சுடுகாட்டிற்குச் சென்று சுடாத மண் கலயத்தில் சேகரித்துக் கொண்டான். வழியில் கடையில் கற்பூரமும் தீப்பெட்டியும் வாங்கினான். கலயத்தைக் கரையில் வைத்துக் கற்பூரமேற்றிக் கும்பிட்டான். மழையடங்கிய கடல் ஏரிபோலத் தவித்தது. பிணமெரிப்பவர் கலயத்தின் வாய்ப்பகுதியை துணியால் கட்டிக் கொடுத்திருந்தார். அதை அவிழ்த்து உள்ளே கை நுழைத்துச் சிறிய எலும்பொன்றை எடுத்துக் கால்சட்டைப் பையில் போட்டுக்கொண்டான். மீண்டும் வாய்ப்பகுதியைக் கட்டிக் கடலில் இடுப்பளவு இறங்கியவன் இன்னும் ஆழமாகச் செல்லப் பயந்து கலயத்தை நீருக்குள் கைவிட்டான். அக்கா மூழ்கிவிட்டாள்.

கரையில் நின்ற படகினடியில் தேங்கிய ஈரநிழலில் அமர்ந்து எந்தவொரு பிரக்ஞையுமற்றுக் கடலை வெறித்தபடி இருந்தான். மழை நின்ற மறுநாள் காயுமே அதே வெயில். அக்காவின் சாம்பல் கரைந்த கடலுக்கும் அவளைப் போலவே பைத்தியம் பிடிக்குமா என்ற யோசனை விரிந்தது. பாவம். அம்மா அவளை பெயர் சொல்லி அழைத்ததே இல்லை. பிறரிடம் அவளைப் பற்றிப் பேசும்போதும் பைத்தியம் என்றே குறிப்பிடுவாள். அக்கா பாவாடையோடு மூத்திரம் பெய்துகொண்டு தூங்குவாள். வெளியிலிருந்து வீடு திரும்பியதும் அம்மா துடைப்பத்தால் அவளை அடிஅடியென்று அடிப்பாள். அக்கா எந்தவொரு அசைவுமற்றுப் படுத்துக்கிடப்பாள். மாதவிலக்காகி அழுகிய குருதி தொடையில் வழிவதையும் அவன் பார்த்திருக்கிறான். மனநலம் பிசகிய அக்கா மீதான அம்மாவின் வன்முறையைச் சகிக்க முடியாமல்தான் அப்பா குடும்பத்தைவிட்டு விலகியிருக்கிறாரோ என்ற எண்ணம் கலங்கித் தோன்றும். அம்மாவின் கண்ணீர் தனக்கு மட்டுமே தெரியும் என மாதவன் நினைத்திருந்தான். நோயாளி கணவன். பூப்பெய்திய நாள் முதலாய் மனநலம் குன்றிய மகள். பகல்வேளை சோற்றுக்காகவே பள்ளிக்குச் செல்லும் மகன். மிசா காலத்து இந்தியாவில் வறுமை; கடல் வற்றிச் சகதியானது போல இருந்தது.

வறுமையின் அதிகபட்சம் என்பது அரசு மருத்துவமனைக்குச் சென்று ரத்ததானம் என்ற பெயரில் ரத்தத்தைப் பணத்திற்கு விற்று அந்தக் காசில் சமைத்துச் சாப்பிடுவது. மாதவனின் அம்மா மாதந்தோறும் ரத்தத்தை விற்பவள். அடிக்கடி வீட்டுக்கு வந்துபோகும் அந்த ரிக்ஷா வண்டிக்காரனுக்கு மட்டும் உடம்பையும் விற்பவள்.

அந்த ரிக்ஷாக்காரனைப் பற்றி அம்மாவிடம் சொல்லலாமா என்ற எண்ணம் அவன் மனத்தைக் குடைந்து கொண்டிருந்தது. அம்மா தன்னை அடிப்பாளா எனப் பயந்தான். அவன் முரட்டுத்தனமான ஆள். அவன் வீட்டுக்கு வந்தால் அப்பா வெளியே சென்றுவிடுவார். அம்மா மகனை விளையாடப் போவென விரட்டிவிடுவாள். வண்டிக்காரன் வரும்போதெல்லாம் தரும் காசைத் தீனி வாங்கித் தின்னாமல் வைத்திருந்து அம்மாவிடமே தந்துவிடுவான்.

தனக்கு ரிக்ஷாக்காரனைப் பிடிக்கவில்லை என்று அம்மாவிடம் பலமுறை சொல்லிவிட்டான்; அதற்கு அவளிடம் எந்தவொரு பதிலுமிருக்காது. சிலசமயம் கடுப்பாக முகத்தை வைத்துக்கொண்டு தனக்கும் பிடிக்காது என்பாள். எனக்கு உன் அப்பாவையும்தான் பிடிக்காது எனக் கத்தியபடி அவனது முதுகில் கைவிரல் பதியும்படி அடிப்பாள். வலியும் அவமானமும் அவனைச் சத்தமில்லாமல் அழவைக்கும்.

மழைக்காலம் அவனை அழவைக்கும். ஆண்டுதோறும் வரும் மழை, இரவில் அவனைத் தூங்கவிடாமல் அலைகழிக்கும். ஆரம்பத்தில் ஒழுகும் வீடு நாள்பட, தெருவும் வீடும் ஒன்றெனப் பெய்யும். குளிரில் நடுங்கும் பூனை அம்மு அவனது மடிமீது அமர்ந்து தன்னைக் குவித்துக்கொள்ளும். பூனையின் வெதுவெதுப்பு அவனுக்கு இதமாக இருக்கும். எத்தனை பெரிய மழைக்கும் ஒழுகாத ஒரு மூலையைக் கண்டுபிடித்து அங்கே சாக்குகளைப் பரப்பி அவனை அம்மா படுக்கவைத்து விடுவாள். மழைக்கால இரவுப் பசியில் பூனை மியாவ் மியாவென்று அவள் முகத்தைப் பார்த்துப் பார்த்துக் கத்தும். கோபத்தில் அதன் வயிற்றிலேயே ஓர் உதைவிடுவாள். அம்மாவின் கோபத்திற்கு அம்முவும் தப்பாது.

இந்த ஆண்டு மழையில் வேண்டுமென்றே விடியவிடிய நனைந்தபடி தோட்டத்தில் பூவரச மரத்தடியில் அக்கா படுத்துக் கிடந்தாள். அம்மா அவளைக் கண்டுகொள்ளவில்லை. சனியன் செத்து ஒழியட்டும் எனக் கறுவினாள். அன்றைய இரவு அம்மா பிசைந்து கொடுத்த மீன் குழம்புச் சோறைத் தட்டோடு தூக்கித் தெருவில் வீசினாள். அம்மா பதறிவிட்டாள்.

துடைப்பக்கட்டையால் விளாசினாள். அக்கா கைகளை நீட்டி அம்மாவைப் பார்த்துக் கதறினாள். தான் அடித்ததால் இவள் அழவில்லை என்பது அம்மாவுக்கு விளங்கிவிட்டது. அக்கா புரிந்துகொள்ள முடியாத மொழியில் கண்களில் நீர் வழிய, வாயில் எச்சில் ஒழுக அரற்றினாள். அவள் பார்த்த பார்வையில் அம்மா பயந்தாள். அக்காவை விட்டு விலகி அடுப்படிக்குச் சென்று தலையிலடித்துக்கொண்டு அழுதாள். மாதவன் செய்வதறியாதத் திகைப்பில் நின்று தேம்பினான்.

அக்கா குத்துக்காலிட்டு உட்கார்ந்தபடியே நகர்ந்து பூவரச மரத்தடிக்குச் சென்று படுத்துவிட்டாள். பூனை அம்மு கத்தியபடியே எங்கோ ஓடியது. இரவு முழுதும் மழை கொட்டியது. மூலையில் தாய், மகனுடன் சுருண்டுகொண்டு அழுதாள். தோட்டத்தில் மரத்தடியில் மகள் உடல் விரைத்து நனைந்தபடி கிடந்தாள். விடிந்ததும் தூறலில் மகளைத் தொட்டெழுப்பினாள். சில்லிட்ட ரப்பர் பொம்மைபோல அக்கா உயிரற்றுக் கிடந்தாள்.

3

கடலில் மூழ்கிவிட்டு மாதவன் வீடு திரும்பியபோது பூனை அம்மு வாசலில் அமர்ந்திருந்தது. மாதவனைக் கண்டதும் கத்திக்கொண்டு ஓடிவந்து கால்களைச் சுற்றியது. நேற்று பூனை கண்ணிலேயே படவில்லை என்று நினைத்தான். பிணத்தைக் கண்டு பூனை பயப்படுமோ என்று எண்ணினான். பூனை அக்காவைத் தேடுகிறதோ என அதன் கண்களைப் பார்த்தான். அவனது பார்வையைச் சந்தித்த பூனை மியாவென்றது. எங்கோ சுற்றிவிட்டு வந்து அழுக்காக இருந்தது. அதனிடம் மீன் கவிச்சை வீசியது. அம்மா சமைத்திருந்தாள். அதன் மணம் பசியைத் தூண்டியது. வீடு ஈரமாக இருந்தது. தொடர் வெயிலுக்குத்தான் நனைந்த சுவரும் தரையும் காயும். விரித்திருந்த சாக்கின் மீது அமர்ந்தான்.

வெயிலைப் பற்றி நினைத்ததும் வானம் மீண்டும் இருள்கிறதே என்ற பீதி கலக்கத்தைத் தந்தது. நனையாமல் தூங்குவதற்குப் பக்கத்து வீட்டுத் திண்ணைக்குச் சென்றால் அம்மா திட்டுவாள். இனி வீட்டினுள் நுழைந்ததும் முகத்தைச் சுழிக்க வைக்கும் மூத்திர நெடி இருக்காது. மூத்திரவாடையே அக்காவின் வாடையாக மாறிவிட்டிருந்தது. இனி அக்கா இல்லை. மூத்திரவாடைக்கென்று ஓர் உருவம் உண்டென்றால் அது அக்காவின் மொட்டைத் தலை உருவமாகத்தான் இருக்குமென நினைத்தான்.

கடலில் குளித்த அசதியில் தூங்கிவிட்டான். விழித்தபோது மாலை வானம் தூறிக்கொண்டிருந்தது. மழைக்கால இருட்டு. அவனுக்குப் பக்கத்தில் அம்மா உட்கார்ந்திருந்தாள். அவளது பார்வை சாமி விளக்குச் சுடரையே வெறித்துக் கொண்டிருந்தது. அவன் அம்மாவென்று அழைத்தபடி நகர்ந்து மடியில் தலை சாய்த்துக்கொண்டான். தலையை ஆதூரத்துடன் கோதிவிட்டாள். மாதவன் தயங்கித் தயங்கிப் பேசினான், “அம்மா அந்த ஆளுடன் சேராதே. அவன் கெட்டவன். நீ இல்லாதபோது வீட்டுக்கு வந்த அவன், தூங்கிக்கொண்டிருந்த அக்காவின் பாவாடையைத் தூக்கி உன்மீது படுத்துச் செய்வதைப் போலச் செய்தான். நான்

ஜன்னலின் வழியே பார்த்தேன். அக்கா முரண்டு பிடித்தாள். அவன், அவள் வாயைப் பொத்தி அழுத்திக்கொண்டான். பிறகு கதவைத் திறந்துகொண்டு வெளியில் வந்து ரிக்ஷாவை எடுத்துக்கொண்டு சென்றுவிட்டான். நான் பயந்து மறைந்து கொண்டேன். பிறகு, அக்காவைச் சென்று பார்த்தேன்; அவள் பாவாடையால் தொடையைத் துடைத்தபடி சிணுங்கிக்கொண்டே மீண்டும் தூங்கிவிட்டாள். அதனால்தான் நீ கொடுத்த சோறைத் தட்டோடு தூக்கியெறிந்தாள். பாவம். அவளை நீ அடித்துவிட்டாய்."

அம்மாவின் அடிவயிற்றில் ஓங்கி உதைத்ததைப் போல 'மாதவா' எனக் கத்தினாள். அவள் எழுப்பிய ஓலத்துடன் சேர்ந்து மழை சடசடவெனப் பெய்தது. பையன் நடுங்கிவிட்டான். அவனை அவள் அணைத்தபடி குலுங்கிக் குலுங்கி அழுதாள். ஏதோ விபரீதம் நேர்ந்துவிட்டது என எண்ணினான். மூத்திரம் முட்டிக்கொண்டு நின்றது. மழை ஓயட்டுமெனக் காத்திருந்தான்.

4

ஒருவார காலம் பள்ளிக்குச் செல்லாமலிருந்த மாதவன் இன்று போனான். அம்மா அன்றிலிருந்து அவனிடம் பேசவில்லை. அவனுக்கு அவள்மீது வெறுப்பாக இருந்தது. எல்லாவற்றிற்கும் ரிக்ஷாக்காரன்தான் காரணம் என்று அவனை நாள் முழுதும் கறுவியபடி இருந்தான். வகுப்பில் கவனம் செலுத்த முடியவில்லை. கொலைகார மழை விட்டுவிட்டுப் பெய்தது. நாளை புயல் நாகப்பட்டினத்தில் கரையைக் கடக்கப்போவதாக ஆசிரியர் சொன்னார். நாளை பள்ளிக்கு விடுமுறை என அறிவித்தார். மாணவர்கள் மகிழ்ச்சியில் ஓவென்று கூப்பாடு போட்டனர். மாதவனுக்குத் தேவையில்லாமல் அழுகை வந்தது. பெரிய ஆளாய் வளர்ந்தபிறகு ரிக்ஷாக்காரனைக் கொல்லுவதைப் பற்றிய திட்டத்தை விதம்விதமாகப் போட்டுப் பார்ப்பதே அவனது மனவேலையாக இருந்தது. ஆசிரியர்கள் வகுப்பைப் பொழுதோடு முடித்துக்கொண்டனர். மழையில் நனைந்து வீட்டின் மண்சுவர்கள் ஊறி நின்றன. எந்நேரத்திலும் அவை கீழே சாயலாம் என்ற நிலையில் சுவரோரமாக அம்மா அவனைப் படுக்கவிடவில்லை. வேயப்பட்ட கீற்றுக்கூரை சல்லடையாக இருந்தது. மழையை நிறுத்தச் சொல்லிச் செத்துப்போன அக்காவிடம் வேண்டினான்.

அம்மா மதியம் வண்டிமேட்டிற்குச் சென்று ரிக்ஷாக்காரனைப் பார்த்து வந்தாள். அவளைப் பார்த்ததும் பதற்றமடைந்தான். அதை வெளிக்காட்டிக் கொள்ளாமல் முகத்தில் எந்தவொரு உணர்ச்சியுமற்று எட்டி நின்ற அவளருகில் வந்தான்.

அவனைப் பார்த்து அவள் விழிகளைச் சுழற்றிச் சிரித்தாள். அப்பார்வையில் ஒருவித மையல் கசிந்தது. வண்டிமேட்டில் ஒருத்தரும் இல்லாதது அவனுக்கு ஆசுவாசமாக இருந்தது. அவளை நாயர் டீக்கடைக்கு அழைத்துச்சென்றான். மசால் வடையை மென்றுகொண்டே, ‘சாவுக்குக்கூட எட்டிப் பார்க்கவில்லை. ஒரு வாரமாக வீட்டுப் பக்கம் ஆளையே காணோம். மறந்துவிட்டாயா?’ எனக் கேட்டாள்.

அவன் தோள்மீது கிடந்த துண்டினால் முகத்தைத் துடைத்துக் கொண்டான். மீசையை முறுக்கியபடியே, 'உன் வீட்டுக்காரன் சாவுக்கு வருவான், வீண் சண்டை வரும், அதனால்தான் வரவில்லை' என்று வடையை மென்று விழுங்கினான். டீக்கடையை விட்டு வெளியே வந்தனர். வானம் இருட்டத் தொடங்கியது. இடுப்பில் சுருட்டி வைத்திருந்த ரூபாய்த் தாள்களை எடுத்து அவளிடம் தந்தான். 'ராத்திரிக்கு வீட்டுக்கு வா. கருவாட்டுக் குழம்பு வைக்கப் போறேன். வரும்போது எனக்கும் பிராந்தி வாங்கி வா'. அவள் சொல்லிக்கொண்டே நடந்தாள். அவள் போவதையே பார்த்துக்கொண்டு நின்றான்.

5

மாதவன் பக்கத்து வீட்டுத் திண்ணையில் படுத்துக் கிடந்தான். அம்மாவை விட்டுவிட்டு அப்பா இருக்கும் ஊருக்குச் சென்றுவிடலாமா என தீவிரமாக யோசித்தான். அப்பா வேலை செய்யும் கடையிலேயே எடுபிடியாய்ச் சேர்ந்து அப்பாவிடம் தொழில் கற்றுத் தானும் ஒரு முடிதிருத்தும் கலைஞனாக வளர்ந்து மீண்டும் சொந்த ஊருக்குத் திரும்பவேண்டும் என்ற எண்ணம் தாறுமாறாக ஓடியது. திரும்பவும் ரிக்‌ஷாக்காரன் வீட்டுக்கு வந்துவிட்டானே என்று நினைத்தபோது அழுகை அழுகையாக வந்தது. இருண்ட வானில் ஈரமாகக் காற்று வீசியது. அம்மாவின் புடைவையில் தன்னை மூட்டையாகச் சுற்றிக்கொண்டான். தூக்கம் பிடிக்கவில்லை. எழுந்து சென்று சாக்கடையில் சிறுநீர் கழித்தான். தனது வீட்டில் விளக்கு எரிவதைக் கண்டான். அம்மா சிரிப்பது கேட்டது. கல்லை எடுத்துக் கதவில் விட்டெறியலாமா என்ற யோசனையோடு மீண்டும் திண்ணைக்கு வந்தான்.

அம்மாவின் நிர்வாணத்தின் மீது அவன் குடைசாய்ந்துக் கிடந்தான். காவிளக்கொளியில் அவன் சாப்பிட்டு மீதம் வைத்த சோறைத் தட்டில் வாய்வைத்து பூனை அம்மு மூர்க்கமாகத் தின்றுகொண்டிருந்தது.

அதிகமாகக் குடித்திருந்தான். முழுபாட்டில் கொஞ்சம் சரக்கோடு உருண்டு சென்று சுவரில் முட்டி நின்றது. அவள்மீது அவனால் நிலைக்க முடியவில்லை. மல்லாக்கச் சரிந்தான். அவள் வாய்விட்டுச் சிரித்தாள். அவளைத் தன்மீது இழுத்தான். இதற்காகவே காத்திருந்தவள் போல் அவன் மீது படர்ந்தாள். அவன் கண்கள் சொருகினான். அவன் உடம்பு முழுதும் வியாபித்த அவள், அவனது விறைத்த உறுப்பின் மூர்க்கத்தை இடது கையால் பற்றினாள். அவன் உச்சச் சிலிர்ப்பில் நாக் குழறினான். வலக் கையைப் பாய்க்கு அடியில் விரித்திருந்த சாக்கிற்குக் கீழே நுழைத்த அவள் மடிக்கப்பட்ட சவரக் கத்தியை எடுத்து நீட்டி ஒரே வீசலில் அடித்தண்டை விறைகளோடு வெட்டினாள். அவனிடமிருந்து வெளிப்பட்ட பிளிறலில் மருண்ட பூனை உடல் விடைத்து மயிர் சிலிர்த்து அவளைப் பார்த்தது. அது பூனையின் பார்வை இல்லை.

6

மாதவன் விழித்தபோது மழை ஓய்ந்து வானமும் கண் திறந்திருந்தது. படுத்திருந்த சாக்கையும் போர்த்தி இருந்த அம்மாவின் சேலையையும் சுருட்டிக்கொண்டு பக்கத்து வீட்டுத் திண்ணையிலிருந்து எழுந்து தன் வீட்டுக்குத் திரும்பினான்.

வீட்டில் அம்மா இல்லை. படுத்த படுக்கை மழையில் ஊறிக் கிடந்தது. மது பாட்டில் உருண்டு சுவரோரமாகக் கிடந்தது. அறுக்கப்பட்ட ஆண்குறி சுவரில் அறையப்பட்டு ரத்தமும் செம்மண்ணுமாக மழை ஒழுகாத இடத்தில் கொத்தாகக் கிடந்தது. அதைப் பார்த்ததும் துணுக்குற்ற மாதவன் கண்கள் விரிய அருகில் அமர்ந்து அதைத் தொட்டுப் பார்த்தான். இரவில் நடந்த காட்சியை அவனால் யூகிக்க முடிந்தது.

மழை ஒழுகுவதைத் தடுக்கக் கூரையில் சொருகப்பட்டிருந்த வெள்ளை பாலித்தீன் பை தரையில் கிடந்தது. அதை எடுத்து அதில் படிந்திருந்த மழைத் துளிகளை உதறினான். அந்தப் பையில் குறியை எடுத்துப் போட்டான். மழையில் ஊறிய செத்த எலியைப் போல கனத்தது. பூனை அம்முவுக்கு ஒருவேளை உணவு என மனத்தில் தோன்றியதும் சிரிப்பு வந்தது. அப்பொட்டலத்தைப் பத்திரப்படுத்திவிட்டு வீட்டை ஒழுங்கு படுத்தினான். அம்மா எங்கே போயிருப்பாள்; பயந்துகொண்டு ஓடிவிட்டாளோ என்ற சிந்தனையும் மனத்தில் ஒருவிதக் கலக்கத்தை உண்டாக்கியது.

7

இரண்டு வாரம் பெய்த மழை முடிவுக்கு வந்தது. புயலுக்குப் பிறகு மழை வருவதில்லை. அழுக்கான ஊர் கழுவிவிடப்பட்டது போலத் தூய்மையாக இருந்தது. மாதவன், விளையாடுவதற்குக்கூட வெளியில் செல்லாமல் வீட்டுக்குள்ளேயே அடைந்து கிடந்தான். பசி அவனது அநாதைத் தனத்தை அதிகப்படுத்தியது. அம்மாவை நாள் முழுதும் எதிர்பார்த்துக் காத்திருந்தான்.

பொழுது சாயத் தெரு விளக்குகள் எரியத்தொடங்கின. யாரோ வாசல் கதவைத் தட்ட, எழுந்து சென்று கதவைத் திறந்தான். அம்மாவின் தோழி நின்றிருந்தாள். அவள் கையில் இட்டிலிப் பொட்டலம் இருந்தது. அவளைக் கண்டதும் அவன் அழ ஆரம்பித்தான். அவள் ஆதூரத்துடன் அவனை அணைத்துத் தேற்றினாள். முந்தானையால் முகத்தைத் துடைத்துவிட்டாள்.

‘அம்மா உன் அப்பாவைத் தேடி விழுப்புரத்திற்குச் சென்றிருக்கிறாள். இரண்டு நாட்களில் திரும்பிவந்து உன்னை அழைத்துச் செல்வதாகச் சொன்னாள். இந்தப் பணத்தை உன்னிடம் கொடுக்கச் சொன்னாள். காலையில் பக்கத்துத் தெரு ஆயாவிடம் இட்டிலி வாங்கிச் சாப்பிடு. மதியம் பள்ளியில் சாப்பிட்டுவிடு. நாளைக்கு இதே நேரத்தில் நான் வருகிறேன். தூங்கும்போது விளக்கை அணைத்துவிடு. ரிக்ஷாக்காரன் ஊரிலேயே இல்லை. அவனுக்குப் பயந்துதான் அம்மா ராவோடு ராவாகத் தலைமறைவாகிவிட்டாள். அவள் திரும்பி வரப் பத்து நாள்கூட ஆகலாம். மாதவா நான் இருக்கிறேன். பயமாக இருந்தால் என் வீட்டில் படுத்துக்கொள். அந்த ஆள் குடித்துவிட்டு வந்து கத்திக்கொண்டிருப்பான். என்ன செய்வது? அதனால்தான் இங்கேயே படுத்துக்கொள்ளச் சொல்கிறேன். அம்மா ரிக்ஷாக்காரனை என்ன செய்தாள் என்று உனக்குத் தெரிந்திருக்குமே..’

இருட்டிவிட்டது. விளக்கைக்கூட ஏற்றாமல் மரப்பெட்டி மேல் அசைவற்று அமர்ந்திருந்தான். அம்மாவின் துணிச்சல் யாருக்கும்

வராது. தன் உயிருக்கு பயந்துதான் அப்பா வீட்டைவிட்டு ஓடிவிட்டார். அம்மாவை அவரால் எதிர்க்க முடியாது. தூக்கத்திலிருந்து எழுப்பித் தன்னையும் உடன் அழைத்துச் சென்றிருக்கலாம். அவனுடைய எண்ணங்கள் பலவாறாக ஓடின. எழுந்து அடுப்படிக்குச் சென்று விளக்கேற்றினான். வெளிச்சம் கண்ணில் பட்டதும் மியாவ் என்ற ஒலி எழுந்த இடத்தை நோக்கினான். அம்மு பாவமாக அவனைப் பார்த்தது. பானையிலிருந்து தண்ணீர் முகர்ந்து வைத்துக்கொண்டு இட்டிலிப் பொட்டலத்தைப் பிரித்தான். பூனை மீண்டும் கத்தியது. சாம்பாரில் இரண்டு இட்டிலிகளைப் பிசைந்து அம்முவுக்கு பொட்டலக் காகிதத்தில் வைத்தான். தானும் அதுபோலவே சாப்பிட்டான். வயிறு நிறைந்தவுடன் மனசு லேசானது. அம்மா மீது பிரியம் பூத்தது. மரப் பெட்டியைத் திறந்து நனையாமல் பாதுகாத்த புத்தகப் பையை வெளியே எடுத்து வீட்டுப் பாடங்களைச் செய்யத் தொடங்கினான். அம்மு மாதவனை உரசியபடி படுத்தது.

8

வீட்டிலிருந்து கொஞ்சம் தூரம் கிழக்கு நோக்கி நடந்தால் தென்னந் தோப்பு. தோப்பில் இரண்டு குளங்கள். சின்னக் குளம் வலப் பக்கமும் அதைச் சுற்றிக்கொண்டு கொஞ்சம் நடந்தால் பெரிய குளம் இடப் பக்கமும் இருக்கும். காலையில் மலம் கழிக்கப் பெருங்கூட்டம் சேரும். பொழுது சாயும்வரை நாள் முழுதும் ஆட்கள் வந்தபடியும் போனபடியும் இருப்பார்கள். அவர்கள் கால் கழுவும் இடத்தில் அரை வட்டமாகக் குளத்து நீரில் பாசி விலகியிருக்கும். மாதவன் பெரியக் குளத்தை நோக்கி நடந்தான். ஒற்றையடித் தடத்தைத் தவிரக் கண்படும் இடமெல்லாம் மலம். இந்தத் தொடர்மழையில் காய்ந்து கிடந்தவைகூடப் பூத்துக் கிடந்தன. உட்காரும்போதே வாய் வைக்கும் பன்றிகள். அவற்றை விரட்டிக்கொண்டே இருக்கவேண்டும். எழுந்ததும் முட்டி மோதிக்கொண்டு வாய் வைக்கச் சண்டையிடும். கண் சிமிட்டும் நேரத்தில் மலம் மாயமாய் மறைந்துவிடும். மாதவன் வழக்கமாக உட்காருமிடத்தில் கால் சட்டையை இறக்கியபடி குத்துக்காலிட்டபோது தூரத்தில் குளத்தைச் சுற்றிப் பெருங்கூட்டம் நிற்பதைப் பார்த்தான். கூட்டத்தில் போலிஸ்காரர்களின் சிவப்புத் தொப்பிகள் தென்பட்டன. வெளியேற இருந்ததை அடக்கிக்கொண்டு கூட்டத்தை நோக்கி ஓடினான். கும்பலில் நுழைந்து குளக்கரையில் சேறும் பீயும் கலந்த சகதியில் நின்றான். கைலியும் முண்டா பனியனும் அணிந்த ஓர் உடல் குளத்தில் குப்புற மிதந்தது. இரண்டு பேர் குளத்தில் இறங்கி இடுப்பளவு நீரில் நடந்து கழுத்தளவு மூழ்கியதும் நீந்திச் சென்று, சடலத்தின் கால்களைப் பற்றி இழுத்து வந்தனர். நீல நிறக் கைலி இடுப்பு வார்ப் பட்டையிலிருந்து நழுவிப் பாதங்களில் சிக்கியது. அதை மட்டும் இழுத்து கரையில் எறிந்தனர். உடல் ஊதிப் பெருத்திருந்தது. கரையிலிருந்தபடியே இரண்டு போலிசும் எட்டி இழுத்தனர். பிணத்தின் முகத்தைப் பார்க்கக் கும்பல் நெருக்கித் தள்ளியது. மாதவனும் முண்டியடித்து முன்னேறித் தென்னை ஒன்றின்

அடி வேர்முட்டி மீது ஏறி நின்று பார்த்தான். முகம் ஊதியிருந்தது. இது அவன்தான்.

ரிக்ஷாக்காரன். கோவணம் முன்புறம் அவிழ்ந்து, பின்பக்கம் அரைஞாண் கயிறில் முடிச்சிட்டிருந்தது. தொடைகளுக்கு நடுவில் மருத்துவமனையில் ஒட்டப்பட்ட மருந்துப்பட்டை நீரில் ஊறிப் பிரிந்து ஒருபக்கம் ஒட்டிக்கொண்டு காயத்திலிருந்து விலகியிருந்தது. ஆண்குறி நீக்கம் செய்யப்பட்ட சடலத்தைக் கண்டு போலிஸ் திகைத்தது. பயத்தில் சில்லிட்டு நின்ற மாதவனின் இட முழங்காலில் செந்நிற மரவட்டை ஊர்ந்தது.

9

பள்ளிக்கூடத்தில் பாதுகாப்பை உணர்ந்த மாதவன் மாலை வீட்டிற்குப் பயத்தோடு திரும்பினான். தெருவிலுள்ளவர்கள் இவனையே பார்ப்பது போல இருந்தது. யாராவது உதைத்தால் அதை எப்படி எதிர்கொள்வது என்ற படபடப்பில் உடம்பு உதறல் எடுத்தது. விடுவிடுவென வீட்டுக்குள் நுழைந்து கதவடைத்துக் கொண்டான். மரப்பெட்டியின்மீது தூங்கிக் கொண்டிருந்த பூனை எழுந்து சோம்பல் முறித்துக் கீழேக் குதித்தது. இவனைப் பார்த்து மியாவ் எனப் பேசியது.

காலையில் தோப்பில் கண்ட பிணம் அடிக்கடி மனக்கண்ணில் தோன்றி அச்சத்தை உண்டாக்கியது. அந்தப் பிணத்திற்கும் தனக்கும் எப்படியோ ஓர் உறவு உண்டாகிவிட்டதை எண்ணி மனம் கலங்கினான். அக்காவின் சாவை எதிர்பார்த்து ஒவ்வொரு நாளும் அவளைக் கரித்துக் கொட்டிய அம்மா; அக்காவின்மீது நிகழ்த்தப்பட்ட கொடுமையைப் பொறுக்க முடியாமல் அவள் சாவுக்குக் காரணமானவனை ஏறக்குறைய கொன்று பழிதீர்த்துவிட்டாளே எனச் சிக்கலான வாக்கியங்களால் யோசித்தான். அம்மாவைப் போன்ற பெண்கள் கொலை செய்யப்பட்டாலோ அல்லது தற்கொலை செய்துகொண்டாலோ நிச்சயமாகப் பேயாகிவிடுவர் என்ற முடிவுக்கு வந்தபோது வாசல் கதவு தட்டப்பட்டது. அவளாகத்தான் இருக்கும் என்ற ஆசுவாசத்தோடு எழுந்து சென்று கதவைத் திறந்து பார்த்தான். அம்மாவின் தோழி அதே சேலையில் அதே இட்டிலிப் பொட்டலத்தோடு நின்றிருந்தாள்.

‘உன் அம்மா அவனுக்குச் சரியான பாடம் நடத்திவிட்டாள். அவன் என்னையும் பலமுறை வழிமறித்திருக்கிறான். அதை உன் அம்மாவிடமும் சொல்லியிருக்கிறேன். அவள் என் பேச்சைப் பொருட்படுத்தவில்லை. அவனிடம் பழகாதே எனப் பலமுறை எச்சரித்தேன். கடைசியில் உன் பைத்தியக்கார அக்காவையும் அந்த நாய் நக்கிவிட்டது. உன் அம்மா பெரியகடை போலிஸ்டேசனில்

இருக்கிறாள். விழுப்புரத்திற்குச் சென்று போலிஸ் அவளை அழைத்துவந்திருக்கிறது. உன் அப்பாவும் அங்குதான் இருக்கிறார்.'

மாதவன் பயத்தில் அழுதான். 'நான் அம்மாவிடம் போகமுடியுமா' என அவளைப் பார்த்துக் கேட்டான்.

'நானும் என் வீட்டுக்காரரும் அங்குதான் இருந்தோம். ஏட்டு எங்களை அனுப்பிவிட்டார். வழக்கமான விசாரணைதானாம். காலையில் வந்துவிடுவாள். பிணம் ஆஸ்பத்திரியில்தான் இருக்கிறது. அவனுடைய சாதி சனம் மரக்காணத்தில் இருக்கிறார்களாம், யாரும் வரவில்லை. அநாதைப் பிணம். அந்த நாயி பூல அறுத்தவதான் தாலி அறுக்கணும். உன் ஆத்தாளும் லேசுபட்டவ இல்ல. சரி, சாப்டுட்டு படு.'

மாதவன் விளக்கேற்றாமல் இருட்டில் வெறித்தபடி நின்றான்.

10

இரவு முழுதும் உறக்கமின்றிப் புரண்டுகொண்டிருந்தவன் விடியற் காலையில் தூங்கிப்போனான். நாளை, முதல்வேலையாகப் பாலித்தீன் பையில் போட்டுத் தகரடப்பாவில் மூடிவைத்த ரிக்ஷாக்காரனின் எலியைத் தோட்டத்தில் பள்ளம் தோண்டிப் புதைக்கவேண்டும். அதை என்ன செய்வது எனத் தெரியாமல் பத்திரப்படுத்தியது போதும் என்ற முடிவுக்கு வந்தவன், கூரைவழியே சூரியன் சுள்ளெனச் சுட்டப் பிறகு திடுக்கிட்டு வாரிச்சுருட்டி எழுந்தான்.

மண்வெட்டியைத் தேடினான். உடைந்த ஒரு முழக் கடப்பாரை கிடைத்தது. பூவரச மரத்திற்குப் பின்னால் வேலியோரம் ஆழமாகக் குழி தோண்டினான். பூனை வெளியே இரை தேடிச் சென்றுவிட்டது போலும். இல்லையென்றால் அது ஒன்றும் புரியாமல் குதியாட்டம் போடும். வீட்டுக்குள் நுழைந்து பெரிய சட்டியுள் கவிழ்த்து வைத்திருந்த துருப்பிடித்த வட்டமான தகர டப்பாவை எடுத்தான். ஆவல் மேலிட அதைத் திறந்தான். எலி செத்த நாற்றம் முகத்தில் அறைந்தது. பாலித்தீனுக்குள் அது கொட்டையோடு கறுத்துச் சுருங்கிக் கிடந்தது. அதை மீண்டும் டப்பாவுக்குள் வைத்து மூடித் தோட்டத்துக்கு எடுத்துவந்து குழிக்குள் வைத்து மண்ணைத் தள்ளிப் புதைத்தான். பாதத்தால் மண்ணை மிதித்துவிட்டான். என்ன நினைத்தானோ தெரியவில்லை; கால்சட்டைக்குள்ளிருந்து தனது குஞ்சை வெளியிலெடுத்து புதைத்த இடத்தில் மூத்திரம் தெளித்தான். ஏனோ அப்பாவின் ஞாபகம் வந்தது.

11

அம்மாவும் அப்பாவும் ரிக்ஷாவில் வந்து இறங்கினார்கள். கோலிக் குண்டு விளையாடிக் கொண்டிருந்த மாதவன் அவர்களை அதிசயத்தோடு பார்த்தான். அம்மாவும் அப்பாவும் சோடியாக வந்தது அவனைப் பள்ளியில் ஒன்றாம் வகுப்பில் சேர்த்த அன்றுதான் என்ற எண்ண ஓட்டத்தோடு ஓடிச்சென்று அப்பாவைக் கட்டிக்கொண்டான். அவன் தலையைக் கோதிவிட்டார். அம்மா விடுவிடுவென வீட்டுக்குள் சென்றுவிட்டாள்.

அப்பாவுக்கென்று தனி வாசனை உண்டு. யாரேனும் முகத்தில் காறித் துப்பினாலும் சிரித்த முகத்தோடு நகர்ந்துவிடும் குணமும் அவருக்கு உண்டு. அக்காமீது நிகழ்த்தப்பட்ட வன்முறைக்குக் காரணம் அம்மாவாக இருந்தும் அவர் அவளை ஒன்றும் கேட்கவில்லை. அக்காவின் மரணம் அவருக்கு ஆசுவாசத்தைத் தந்திருக்கும். அம்மாவின் மரணம் அவருக்கு விடுதலையைத் தந்தாலும் தரும். எருமையைப் போலப் பொறுமையான மனம் அப்பாவுக்கு அவருடைய தொழில் நிமித்தமே பழகிவந்திருக்கும். முடிதிருத்தி, முரட்டு முகங்களை மழித்து, குளிர்நீரைப் பீய்ச்சித் துடைத்து, பவுடர் பூசி, கை விரல்களுக்கு நெட்டி முறித்து, சிலருக்கு நகங்களையும் நறுக்கி, அக்குள் முடி நீக்கி; யாரோ ஒருவனுக்கு இத்தனையும் செய்து, அந்த ஒருவனின் தாயோ தாரமோகூட இப்படித் தொட்டுத் துடைத்திருக்கமாட்டாள், அத்தனையும் அப்பா செய்ய, மாதவன் கண்கொட்டாமல் அவரையே பார்ப்பான்.

அப்பாவுக்கும் அம்மாவுக்கும் வாய்ச்சண்டைதான் வரும். அம்மாவின் வசைமொழி முடிவற்றுப் பெருகிக்கொண்டே இருக்கும். அவளுக்குப் பேச்சை நிறுத்தத் தெரியாது. சொற்களின் சுழலுக்குள் சிக்கிக்கொள்வாள். அப்பாவைச் சாதியைச் சொல்லித் திட்டுவாள். இது அவளுடைய கடைசி ஆயுதம். அப்பாவுக்குக் கொட்டாவி வரும். தோளில் கிடக்கும் துண்டை விரித்துத் திண்ணையிலேயே படுத்துவிடுவார். அம்மாவும் அப்பாவும்

வேறுவேறு சாதிகளைச் சார்ந்தவர்கள் என்ற விபரம், மாதவனுக்கு ஐந்தாம் வகுப்பிலிருந்து ஆறாம் வகுப்பிற்கு மாறியபோதுதான் தெரியவந்தது.

ஆறாம் வகுப்பில் அக்காவின் முகச் சாயலில் கணக்கு டீச்சர் புதிதாய் வந்தார். அக்கா புடவை கட்டியிருந்தால் இவரைப் போலத்தான் இருந்திருப்பாள். அக்காவைச் சீவிச் சிங்காரித்துப் பார்த்ததே இல்லை என மாதவன் மனம் பதறியது. பெய்துகொண்டிருக்கும் மழையில் நனைந்து மழையைத் தற்கொலைக்கான கருவியாய் மாற்றிய பைத்தியங்களைப் பற்றிய கணக்கொன்று மாதவனிடம் இருந்தது.

அவன் பத்தாம் வகுப்புத் தேறிய அன்று கடற்கரையில் நின்று தன் அக்காவின் சாம்பல் கரைக்கப்பட்ட இடத்தைப் பார்த்துக் கையெடுத்துக் கும்பிட்டான். அப்போது அலைகளில் மூழ்கிக்கொண்டிருந்த சடைமுடி வளர்த்த பைத்தியக்காரன், இவன் செய்கையைப் பார்த்து வாய்விட்டுச் சிரித்தான். சாம்பல் கரைக்கப்பட்ட இடத்தில் மூழ்கி அமிழ்ந்தான்.

அரைமணி நேரத்திற்கும் மேலாக மாதவன் அங்கேயே நின்றிருந்தான். மூழ்கியவன் வெளியில் வரவேயில்லை. அந்தச் சடைமுடி தறித்தவன், அறுபது வயதை நெருங்கும்போது மாதவன் எப்படி இருப்பானோ அச்சு அசல் அப்படியே இருந்தான்.

12

'அம்மா என்கிற கொலைகாரியைக் கொல்லும் திராணி அப்பாவுக்கு இல்லை என்ற முடிவுக்கு மாதவன் வந்த அன்று அம்மா புதுச்சேரியை விட்டு ஓடிப்போனாள். அப்பா இடிந்துபோனார். மாதவன், அண்ணன் என்று கூப்பிட்டுப் பழகிய ஒரே தெருவைச் சேர்ந்த பையனுடன் கண்காணாத இடத்திற்குப் போய்விட்டாள். அப்பா தினக்கூலிக்குச் சென்றுவந்த முடித்திருத்தகத்திற்குச் செல்வதில்லை. அந்தக் கடையில்தான் அந்தப் பையனும் வேலை பார்த்து வந்தான். பையனோடு அம்மாவுக்குத் தொடுப்பு இருந்ததை அப்பாவால் சகித்துக்கொள்ள முடியவில்லை. இறந்துபோன தன் மகளின் வயதையொத்த அந்தப் பையனுடன் அவள் தலைமறைவானதை எண்ணி அவர் கூனிக்குறுகினார்.

'அம்மாவால் பட்ட அவமானங்கள் போதும். இனி எந்தக் காலத்திலும் அவளுடன் சேர்ந்து வாழமுடியாது. உனக்காகத்தான் நான் இருக்கிறேன். இல்லையென்றால் நானும் இந்த ஊரைவிட்டே ஒழிந்து விடுவேன். ஒழுங்காகப் படி. இந்தத் தொழிலைத் தாண்டி நீ வரவேண்டும். அப்பா அம்மாவின் கைப்பிடித்து வளரவேண்டிய காலத்திலேயே கத்தியும் கத்திரிக்கோலும் பிடித்தவன் நான். இவளைத் தொட்டதாலேயே சொந்த ஊரைவிட்டு, சொந்தபந்தங்களை விட்டு இங்கு வந்தவன். இவளைத் தொட்டதிலிருந்து நிம்மதியாக ஒருநாள்கூடத் தூங்கியவனில்லை. ஊர்கூடி என்னையும் உன் அம்மாவையும் உயிரோடு கொளுத்த வந்தது. அவள் சாதி வேறு, என் சாதி வேறு. கிராமத்தில் ராச்சோறு இரந்து வாங்கி உடம்பு வளர்த்தவன் நான். ஓர் உண்மையைச் சொல்கிறேன்; அக்கா எனக்குப் பிறந்தவள் கிடையாது. அம்மாவை இந்த ஊர்க் கோவிலில் வைத்துத் தாலி கட்டியபோதே முழுகாமல் இருந்திருக்கிறாள். எனக்கு இது தெரியாது. எவனிடமோ பிள்ளை வாங்கியபிறகே அதை மறைக்க அவசர அவசரமாக என்னைக் காதலித்துக் கைப்பிடிக்கப்

பத்தினி வேடம் கட்டியவள். இளிச்சவாயன் நான். வெள்ளைத் தோல் என் கண்ணை மறைத்துவிட்டது. என்னால் என் வீடு கொளுத்தப்பட்டது. ஆடு, மாடு, கோழி எல்லாம் உயிரோடு எரிந்தன. என் அப்பா அந்தத் தீயிலேயே பாய்ந்து என் அம்மாவின் கண்ணெதிரிலேயே கரிக்கட்டை ஆனார். குடிப்பிள்ளை அவர். உயிரோடு இருந்த முகத்தை மழித்து அழகுபடுத்தியவர்; அதே முகத்தைச் செத்தபிறகும் மழித்தவர். எத்தனையோ சிதைக்குக் காரியம் செய்தவர் தனது வீட்டை ஊர் கொளுத்தியபோது அதையே தனக்குச் சிதையாக்கிக் கொண்டவர். என் அம்மா, தம்பியை அழைத்துக்கொண்டு ஊரைவிட்டே ஓடி நாதியற்று அலைந்தார். என்னால் என் குடும்பமே அழிந்தது. எப்படியோ தப்பிப் பிழைத்த தம்பி ஆளாகி விழுப்புரத்தில் கடை வைத்திருக்கிறான். சில ஆண்டுகளுக்கு முன் அவனிடம்தான் நான் தங்கி வேலை செய்தேன். ரிக்ஷாக்காரனின் தற்கொலைக்குக் காரணமாகி உன் அம்மா என்னிடம் வந்தாள். அவள் பின்னாலேயே போலிசும் வந்தது. மாதவா, வாழ்க்கையைத் திரும்பிப் பார்க்கும்போது ஒரு கதையாக மட்டுமே அது மீந்து நிற்கிறது.'

13

பதினோராம் வகுப்பு. புதிய பள்ளிக்கூடம். வகுப்பறையில் பெண்பிள்ளைகளுடன் சேர்ந்து பயிலும் வழி. புதிய பாடத்திட்டம். எல்லாமே அந்நியம். நாள் தவறாமல் பகல் பட்டினி. மாலை நேரத்தில் சாலையோர இட்டிலிக்கடையில் எடுபிடி வேலை. இரவில் அங்கேயே வயிறாரச் சாப்பிட்டுவிட்டு அப்பாவுக்கும் பொட்டலம் கட்டிக்கொண்டு வீட்டுக்குப் போனால் அப்பா பசியோடு மகனை எதிர்பார்த்திருப்பார். வீடுதேடி வருபவருக்கு முடிதிருத்தி முகச்சவரம் செய்வார். சில்லறை தருவார்கள். ரூபாய்த் தாளைப் பார்ப்பதே அரிது. என்றைக்காவது ஒருநாள் அப்பா சமைத்து வைத்திருப்பார். ஊருக்கென்று ஒரு வாசனை இருக்கிறதென்றால் அது மீன்குழம்பு கொதிக்கும்போது தெருவெல்லாம் வீசுமே அந்த வாசனையாகத்தான் இருக்கும்.

பசியின் அழகியலை மீன் குழம்பின் மணத்தைக் கொண்டுதான் வரையறை செய்ய வேண்டும். அதேபோல் பசியின் மூர்க்கத்தை மீன் குழம்புச் சோறைக் கொண்டுதான் அளவிட முடியும். மீன் குழம்பிற்குப் புலன்களை விகசிக்கச் செய்யும் காமார்ந்த தன்மை அதிகம். புதுச்சேரிப் பெண்களின் அபரிமித வன்முறைக்கு மீன் குழம்பே கிரியாயூக்கியாக இருக்கிறது. மீன் குழம்பு செய்த அன்று காமம் பொய்த்தால் இல்லறம் சிறக்காது. மீன் குழம்பு செய்தால் அன்றைய நாள் முழுதும் மனைவியைப் பற்றிய யோசனையிலேயே அப்பா மூழ்கிக் கிடப்பார்.

அம்மாவை அப்பா செல்லமாக ‘மீன் குழம்பு’ என்று கூப்பிடுவார். அது ஓர் அரிதான தருணம். தன்னைக் கருத்தறித்தபோது அம்மாவைக் கூடியதுதான் கடைசியாக இருக்கும் என மாதவன் கருதினான். அம்மாவின் துரோகங்களை அப்பா ஏன் சகித்துக்கொண்டார் என்பது அவனுக்குப் புரிந்தும் புரியாதது. அப்பாவைக் கைவிடக்கூடாது, அவரை யாரும் எதுவும் அவமதிக்க விடக்கூடாது என்பதில் கவனமாக இருப்பான். அப்பா யாருடனும் ஒட்டாமல் ஒதுங்கியதற்கு அம்மாவின்

நடத்தையே காரணம் என்பதை உணராதவன் அல்லன். வறுமையை மீறிய ஒரு வன்மம் அவர்களுக்கு நடுவில் குமைந்தது. அப்பா அவருடைய இயல்புப்படி அம்மாவைவிட்டு விலகியிருந்தார். பள்ளிக்கூடத்திற்கு வந்து மகனை பார்த்துவிட்டுச் செல்வார். அவர் வந்துபோனதை ஒருபோதும் அம்மாவிடம் அவன் சொல்லியதில்லை. அக்காவுக்குப் பிடித்தமான பொம்மை பிஸ்கட் வாங்கிவந்து தருவார். அம்மாவுக்குத் தெரியாமல் அதை அவளிடம் தருவான்.

பூனை அம்முவை அம்மா கொன்றாள். காவல் நிலையத்தில் ரிக்ஷாக்காரனின் தற்கொலை நிமித்தம் விசாரிக்கப்பட்டபோது அம்மாவுக்குப் பயத்திலேயே மாதவிலக்கு உண்டாகிவிட்டது. அம்மா தன் வாழ்க்கையில் முதன்முதலாக அன்றுதான் பயந்திருக்கிறாள். அப்பாவின் எதிரில் தன் பயம் வெளிப்பட்டதை அவளால் தாங்கிக்கொள்ள முடியவில்லை. அவளுடைய இயலாமையின் பதற்றம் சுயவெறுப்பாக வெளிப்பட்டது. இரவு முழுதும் தூக்கமின்றி அவள் அரற்றிக்கொண்டிருந்ததை மாதவனும் உறக்கமின்றிப் பயத்தோடு கவனித்துக்கொண்டிருந்தான். அப்பா பல மாதங்களுக்குப் பிறகு மீண்டும் திண்ணையில் அவருக்கான அதே இடத்தில் படுத்துவிட்டார். அம்மு அவர் அருகில் படுத்துக்கிடந்தது. மறுநாள் மாதவன் பள்ளியில் இருந்தபோது அம்மா பூனையைக் கொன்றிருக்கிறாள்.

தோட்டத்தில் குளிப்பதற்காகக் கீற்றுத் தடுப்பாலான மறைவிடத்தில் அவளுடைய தீட்டுத் துணியை சொருகி வைப்பது வழக்கம். பூனை துணியைக் கவ்விக்கொண்டு அங்குமிங்கும் ஓடி அவளிடம் விளையாடி இருக்கிறது. உச்சபட்சக் கோபத்தில் அதை விரட்டியிருக்கிறாள். அது தெருவெங்கும் ஓடியிருக்கிறது. பெண்கள் கைகொட்டிச் சிரிக்க, ஆண்கள் முகத்தைச் சுளித்திருக்கிறார்கள். பூனையைப் பார்த்துத் தெரு சிரிக்கிறது என்பதை அவள் மனம் எற்கவில்லை. தெருப் பெண்களை நேர்கொண்டு பார்க்கக் கூசினாள். வேறு சந்தர்ப்பமாக இருந்திருந்தால் மட்டைக்கு ரெண்டு கீற்றாகக் கிழித்திருப்பாள். தான் நிலைகுலைந்திருப்பதால் ஆவேசமாக வீட்டுக்குள் சென்று கதவடைத்துக் கொண்டாள், மாதவனின் அப்பா வீட்டுப்பக்கமே வரவில்லை. பசியோடு படுத்துத் தூங்கிவிட்டாள்.

பிற்பகல் வெயில் முகத்தில் சுள்ளென்று காய்ந்திருக்கிறது. விழித்ததும் பூனை கழுத்தை நிமிர்த்திக்கொண்டு துணியைக் கவ்வித் தெருவெல்லாம் இழுத்தடித்து ஓடிய காட்சி மனத்தில் மீண்டும் உருக்கொள்ளப் பசியை மீறிய கோபம் கிளர்ந்திருக்கிறது.

குப்பையில் மீன் தலைகளைத் தின்றுவிட்டு, வயிறு சரிய நடுவீட்டில் படுத்து இளைப்பாறிக் கொண்டிருந்த அம்முவைப் பார்த்ததும் அவளால் கோபத்தைக் கட்டுப்படுத்த முடியவில்லை. சப்தமில்லாமல் எழுந்து தோட்டத்திற்குச் சென்றாள். அம்மியின் மீது குழவி இருந்தது. அதைத் தூக்கிக்கொண்டு சந்தடியின்றி வீட்டுக்குள் நுழைந்தாள். பூனைக்கு நல்ல தூக்கம். அருகில் சென்று குழவியைத் தூக்கி அதன் தலைமீது போட்டாள். தரையோடு தரையாகத் தலை நசுங்கி சதைக்குழைவு அவள் முகத்தில் பட்டு வழிந்தது. குழவி தரையில் உருண்டு ஓடியது. சத்தமில்லாமல் உடல் துடிதுடித்து அடங்கியது. வால் மட்டும் அதிர்ந்து கொண்டிருந்தது. அவள் மார்பும் மெல்ல அடங்கியது. கதவைத் தள்ளிக் கொண்டு உள் நுழைந்த அப்பா அசைவற்றுச் சமைந்தார். குழவி உருளும்போது அவர் உள்ளே வந்திருந்தார். அவர் இருப்பை அவள் உணரவேயில்லை.

அம்மாவை மாதவன் மறந்துவிட்டான். பன்னிரெண்டாம் வகுப்புக்கான பொதுத்தேர்வு நெருங்கிக் கொண்டிருந்தது. மகனைக் கல்லூரிக்கு அனுப்ப அப்பாவுக்குக் கொள்ளை ஆசை. விழுப்புரத்திலிருக்கும் தன் தம்பியின் உதவியைப் பெரிதும் எதிர்பார்த்தார்.

14

அப்பா விழுப்புரத்தில் தன் தம்பியைப் பார்த்தார். பல ஆண்டுகளுக்குப் பிறகு தன் மனைவியையும் பார்த்தார். தம்பியிடம் உதவி கேட்டுச் சென்றவருக்கு, அவருடைய மனைவி இந்த ஊருக்கு வந்திருக்கும் செய்தியைத் தம்பி சொன்னான். கோடை விடுமுறைக்கு, சர்க்கஸ் ஊருக்கு வருவது வழக்கம். அவள் சர்க்கஸில் துப்புரவு வேலை செய்வதாகத் தம்பி சொன்னான். அவள் சர்க்கஸில் சேர்ந்து ஊரூராகச் சுற்றுவதாகவும் இப்பொழுது விழுப்புரத்தில் இருப்பதாகவும் சொன்னான். அப்பா அவளைக் குறித்துப் பேசுவதைத் தவிர்த்தாலும், தனியாக இருக்கும்பொழுது மனசு ரகசியமாகத் தவிப்பதை உணர்ந்தார். தம்பியிடம் சொல்லாமல் பேருந்தைப் பிடித்து ஊருக்கு வெளியே சென்று இறங்கினார். நடக்கக்கூடிய தூரத்தில் சர்க்கஸ் கூடாரம் வெட்டவெளியில் தெரிந்தது. காலை எட்டு மணி. ஆளரவமில்லை.

அவளைச் சந்தித்ததைத் தம்பியிடம் சொன்னார். தம்பி உள்ளுக்குள் சிரித்துக்கொண்டான். சுழலும் நாற்காலி. சுற்றிலும் கண்ணாடி. ஒருவருக்கு முடி வெட்டிக்கொண்டே அண்ணன் சொல்வதைக் கேட்டுக் கொண்டிருந்தான். அவர் பேசுவதை இடைமறித்து, தான் உடனிருந்து மாதவனைக் கல்லூரியில் சேர்ப்பதாகச் சொன்னான். அண்ணனின் கவனம் வேறெங்கோ இருந்தது. அவர் அண்ணியைப் பற்றிய யோசனையில் இருப்பதை அவன் விரும்பவில்லை.

15

மகனிடம் அப்பா, அம்மாவைப் பார்த்தேன் என்றார். மாதவன் சலனமற்று இருந்தான். அம்மாவை அவன் மறந்திருந்தான். யாரோ ஒருவரைப் பற்றி அப்பா பேசுகிறார் என்பதாகத்தான் எந்தவொன்றையும் மனங்கொள்ளாமல் கேட்டுக்கொண்டிருந்தான். 'அம்மா சர்க்கஸில் சேர்ந்துவிட்டாள். மிருகங்களுக்குக் குண்டி கழுவும் வேலை. காலையில் கூண்டுகளுக்குள் புகுந்து மலம் அள்ளுகிறாள். வெள்ளைக் குதிரைகளின் லத்தியை அள்ளும் வெள்ளைப் பன்றி. யானை அவளை மிதித்துக் கொன்ற செய்தி எனக்குக் கிடைத்தால் மகிழ்வேன்.' அப்பா அம்மாவைப் பற்றிய எண்ணங்களுள் அமிழ்ந்தார். மாதவன் அவரையே பார்த்துக்கொண்டிருந்தான்.

'மாதவா, உன் அம்மாவுக்கு உடம்பில் பெண் தன்மை செத்துவிட்டது. முழு ஆம்பிளையாக இருக்கிறாள். எந்தவொரு இடர்ப்பாடுமில்லாமல் என்னை எதிர்கொண்டாள். அவள் மீது கோயிலுக்கு நேர்ந்துவிட்ட கிடா ஆட்டின் ஆண்வாடை வீச்சம். எனக்கு மூச்சுத் திணறியது, புகையிலை மெல்லுகிறாள். கரடியின் பீயை அள்ளும்போது இந்தியில் திட்டுகிறாள், கையில்லாத ரவிக்கைப் போட்டிருக்கிறாள். முழங்கையில் உன் பெயரைப் பச்சை குத்தியிருக்கிறாள்'. அவர் தகவல்களை அடுக்கிக்கொண்டே போனார். மாதவன் அப்பாவை நிமிர்ந்து பார்த்தான்.

அப்பா சில மணித்துளிகள் வீட்டின் உத்திரத்தையே பார்த்துக் கொண்டிருந்தார். அவர் பேச்சைத் தொடர்ந்தாலும் தொடராவிட்டாலும் தனக்கு ஆகவேண்டியது ஏதுமில்லை என்பதுபோல மாதவன் இருந்தான். 'மாதவா, என் மனம் தவித்தது, அவளை வீட்டுக்கு அழைத்தேன், அதைக் காதில் வாங்கவில்லை. இந்தப் பிழைப்புத் தேவைதானா எனக் கேட்டேன். அதற்கு அவள், 'நல்ல சாதிக்குப் பொறந்தவ நானு, வன்னியச் சிங்கம். சிங்கத்தோட பீயத்தான வாருறேன், இதுல என்ன அசிங்கம் இருக்கு?' எனப் பதிலுக்குக் கேட்டாள்.

மாதவன் எதுவும் பேசவில்லை.

16

மாதவன் தாகூர் கலைக் கல்லூரியில் இளங்கலைத் தமிழ் இலக்கியம் முதலாமாண்டில் சேர்ந்தான். படிப்பிலும் பொருளாதாரத்திலும் பின்தங்கிய மாணவர்களுக்கென்று இத்துறை இருந்தது. அதுபோலவே அழகிலும் பின்தங்கிய மாணவிகளுக்கென்று இத்துறையே ஒதுக்கப்பட்டிருந்தது. பொறுக்கி எடுத்த நெல்மணிகளாக இல்லாமல் புடைத்துக் கூட்டியப் பதர்களாக, வகுப்பறைக்குள் எல்லாமே தெரிந்த முகங்களாக இருந்தன. முதல் வகுப்பிலிருந்து பன்னிரெண்டாம் வகுப்புவரை கலைத்துப்போட்டுச் சேர்த்துக் கூட்டி, ஒருவழியாக நைந்துபோன சாயம்போன மறந்துபோன முகங்களை எல்லாம் ஒருசேரப் பார்த்ததில் மாதவனுக்கு அந்நியத்தனமின்றி இயல்பாக இருந்தது. அவனுக்கு ஒரேவொரு இலட்சியம்தான் இருந்தது; தலைமுறை தலைமுறையாகத் தனது சாதிக்கென்று ஒதுக்கப்பட்டிருக்கும் கத்தியையும் கத்தரிக்கோலையும் தொடக்கூடாது என்பதே அது. தமிழ் வாத்தியாராகத் தான் படித்த பள்ளியொன்றில் வேலையில் அமர்வதைக் கற்பனை செய்து பார்ப்பான். தூங்கியெழுந்ததும் அந்தக் கற்பனையோடே காலைக்கடனை முடிக்க வழக்கமாகச் செல்லும் கடலுக்கு அன்றும் நடந்தான். வழியில் ஒரு வீட்டிலிருந்து அகில இந்திய வானொலி சத்தமாகச் செய்தி வாசித்தது; கவிஞர் கண்ணதாசன் அமெரிக்காவில் காலமானார். வகுப்பில் கண்ணதாசனுக்கு அஞ்சலி செலுத்தப்பட்டது. ஒரு பெண் தேம்பித் தேம்பி அழுதாள். தன் அக்காவைப் போல அவள் அழுவதைக் கண்கொட்டாமல் பார்த்துக் கொண்டிருந்தான் மாதவன். கண்ணதாசனின் மனைவியரும் மக்களும்கூட இவளைப் போல அழமாட்டார்கள் என நினைத்தான். அவள் நிச்சயமாகக் கவிஞனுக்காக மட்டும் அழவில்லை என்பது உறுதி. அக்காவைப் போலக் காரணம் தெரியாமல் அழுகிறாளோ? காரணமற்ற அழுகையைப் போல ஒருத்தி தனது வாழ்க்கையில் நுழைவாள் என அவன் நினைத்துக்கூடப் பார்த்ததில்லை.

அம்மாவின் நினைவுகளிலிருந்து தப்பியவன் அக்காவிடமிருந்து வெளியேற முடியாமல் தவித்தான். தன்னுடனேயே அக்காவும்

உயிரோடு இருப்பதாகவே பாவித்து வந்தான். சில சமயம் அவளுடன் வாய்விட்டுப் பேசுவான். சர்க்கஸில் தன் அம்மா துப்புரவுப் பணி செய்து வருவதையும் அப்பா அவளைக் கண்டு வீட்டிற்கு அழைத்ததையும் அவளிடம் சொல்லி அப்பாவைக் குறைபட்டுக் கொள்வான். எந்தப் பெண்ணைப் பார்த்தாலும் அவர்களிடம் அக்காவின் சாயலைத் தேடினான்.

சுடிதார் என்ற வடக்கத்திய ஆடை அங்கொன்றும் இங்கொன்றுமாகத் தென்பட்ட காலம் அது. பாவாடைத் தாவணியில் பட்டவர்த்தனமாக வெளிப்பட்ட வறுமையைச் சுடிதார் ஓரளவு மூடிமறைத்தது. தாமரை வகுப்பிற்குச் சுடிதார் அணிந்துவந்த அன்று, அதுநாள்வரை தாவணியில் மறைந்திருந்த மார்பு எடுப்பாகத் தெரிந்ததை மாதவனால் பார்ப்பதைத் தவிர்க்க முடியவில்லை.

தாமரை ஓர் ஆதிதிராவிடப் பூ என்பதை அறியவந்தது முதலாய் மாதவனுக்கு உள்ளுக்குள் இருந்து வந்த பயம் விலகியது. அவள் தனது அம்மாவின் சாதியைச் சார்ந்தவளாக இருப்பாளோ என்ற சந்தேகம் அவனை நிம்மதியிழக்கச் செய்துவந்தது; மாறாக, அவள் தனக்கு இணையானவள் எனத் தெரிந்ததும், கல்லூரியிலேயே அவள் பேரழகியாகத் தெரிந்தாள்.

கல்லூரிக்குச் சென்ற முதல்நாளே அப்பா தெளிவாகச் சொல்லியிருந்தார்; 'மாதவா பெண்களுடன் சாதி பார்த்துப் பழகு. என்னால் எனது குடும்பத்திற்கு நேர்ந்த கதியை நீ அறிவாய். நீ ஒரு நாவிதன். நாய்க்குக்கூடக் குரைப்பதற்கு நாக்கு இருக்கிறது, உனது நாக்கு பிறக்கும்போதே அறுக்கப்பட்டுவிட்டது. நாவற்றவன்தான் நாவிதன். கல்வி உன்னை விடுதலை செய்யும். உழைப்பு உன்னை விடுதலை செய்யாது; உழைப்பைத் தேர்ந்தெடுக்கும் உரிமையே உனக்கு வேண்டும். அதைக் கல்வி தரும்.'

17

இன்று அக்கா செத்த நாள். திதியன்று அவளுடைய அறைக்குள் எப்படியோ எங்கிருந்தோ பழைய மூத்திரவாடை கமழத் தொடங்கிவிடுகிறது. பெருங்காயமிட்ட மாங்காய் கத்தரிக்காய் முருங்கைக்காய் சேர்ந்த சாம்பாருக்கு இளம் மூத்திரத்தின் மணம் வந்துவிடும். அப்பா வாழையிலை போட்டுச் சோறும் சாம்பாரும் வைத்துப் படைப்பார். திரியிட்ட எண்ணெய் விளக்கும் ஊதுவத்தியும் கற்பூரமும் கலந்த மணம் அக்காவின் பாடையை நினைவூட்டும். அரளி, சாமந்தி, சம்பங்கி மலர்களின் கலவைக்குப் பிணத்தின் வாடை இயற்கையிலேயே அமைந்துவிடுகிறது. தோட்டத்திற்குச் சென்று அக்காவின் உயிர் பிரிந்த இடத்தில் அப்பா கற்பூரம் காட்டி கண்கலங்கி நிற்பார். இதையெல்லாம் ஆண்டுதோறும் பார்த்துவரும் மாதவனுக்கு அம்மாவைப் பற்றிய எண்ணங்கள் மண்டைக்குள் முகிழ்க்கும். மாறாக, இன்று ஏனோ தாமரையின் வாசனை அவனுடைய நாசியை வருடியது.

இரவு முழுதும் தாமரை மீதான எண்ணங்களால் அவன் புகைந்து கொண்டிருப்பான், எப்படித் தூங்கினோம் எப்போது தூங்கினோம் என்பது தெரியாது; சாமத்தில் மூத்திரம் முட்டிக்கொண்டு விழிப்பு வந்ததும் அவளது எண்ணம் ஓடிவந்து மண்டைக்குள் புகுந்துகொள்ளும். இந்த இம்சைக்குப் பெயர்தான் காதலா எனத் தன்னைத்தானே கேட்டுக்கொள்வான். இவனைப் பற்றிய எந்தவொரு சொரணையுமற்று வகுப்பில் அவள் வளைய வருவதைத்தான் இவனால் தாங்கிக்கொள்ள முடியவில்லை.

மாலைநேரச் சிற்றுண்டிக் கடையையும் தன்னையும் நண்பர்களால் பிரித்துப் பார்க்க முடிவதில்லை என்பதைத் தனக்குக் கல்லூரியில் வழங்கப்பட்ட பட்டப்பெயரைக் கொண்டே அறியலாம் எனச் சென்ற மாதம் அப்பாவிடம் கலங்கியிருக்கிறான். 'ஊசை' மீண்டும் இந்தப் பெயரா என அப்பாவும் கலங்கினார். ஊரில் சின்ன வயசில் ஊசைச் சோற்றை இரந்து சாப்பிட்ட தன்னையும் இப்பெயராலேயே ஊர்க்காரர்கள் கூப்பிட்டதைச்

சொல்ல வாயெடுத்தவர், சுதாரித்துக்கொண்டு விழுங்கினார். 'உடம்பு தொடாத எதையும் பொருட்படுத்தாதே' என்று மட்டுமே அன்று அவரால் சொல்லமுடிந்தது.

படையல் சோற்றை மாதவன் விரும்பிச் சாப்பிடுவான். இன்றும் சாப்பிட்டான். சாம்பாருக்கு உருளைக்கிழங்கு வறுவல் இணையானால் நிறையச் சாப்பிடுவான். அம்மாவின் மீன்குழம்பு தனித்த சுவை கொண்டது. அவள் இல்லாத வெறுமையைத் தந்தையும் தனையனும் அடிக்கடி உணர்ந்தபோதிலும், அழைத்தாலும் வராத அவளை என்ன செய்வது என்ற தவிப்பை ஒருவருக்கொருவர் வெளிக்காட்டிக் கொள்ளாமல் மனம் கலங்கினர். அம்மாவை இப்படியே விட்டுவிட அப்பாவால் இயலாது என்பதை மாதவன் நன்கு உணர்ந்திருந்தான்.

18

அம்மாவைப் பார்த்து நாளாகிவிட்டது. மனக்கண்ணில் முகம் மங்கலாகவே தெரிகிறது. அப்பாவுக்குத் தேவையில்லாத எண்ணங்கள் எதற்கு? அம்மாவின் புகைமூட்டத்திற்குள் குளிர்காய்கிறாரா என்ற எரிச்சல் மாதவனுக்குள் சுரப்பெடுத்தது. தாமரை என்ற யாரோவொருத்தியின் எண்ண வலைக்குள் சிக்கிச் சம்பந்தமில்லாமல் தான் தவிக்கும்போது: அப்பாவுக்கு ஒரு பிள்ளையைப் பெற்றுக் கொண்டவளை, கொடுத்தவளை அவரால் எப்படி நினைக்காமல் இருக்க முடியும் என்று தன்னையே கேட்டுக்கொள்வான். அம்மாவிடம் தனக்கு ஏன் இத்தனை வெறுப்பு? அப்பா என்ற நல்லவரை ஏமாளியாக்கிப் பார்த்ததாலா? அம்மாவைத் தவிர வேறொருத்தியை அவர் தொட்டுக்கூடப் பார்த்திருக்கமாட்டார். அம்மாவோ, அப்பாவைத் தவிர மற்ற ஆண்களை விரும்பக்கூடியவளாக இருந்தாள். இது ஏன் என்ற சிந்தனை அவனைக் குடைந்துகொண்டே இருந்தது.

மனம் சோர்ந்து தரைபடியும் கணம் தாமரையின் முகம் நீருக்கடியிலிருந்து மேலெழும்பும். சென்ற வாரம் அனைவரும் மதிய உணவு சாப்பிடும்போது தன்னை அக்கறையோடு அவள் கேட்டறிந்ததை எண்ணிப் பரவசப்பட்டான். முதல்முறையாக அவனிடம் நேருக்கு நேர் பேசினாள். அவனிடமிருந்து தொடுகறியை எச்சிலென்றும் பாராமல் எடுத்துச் சாப்பிட்டாள். அவளது விரல்களில் பேனா மைக்கறை. அதை அவள் பொருட்படுத்தவில்லை. அது அவனை உறுத்திற்று. அதையும் கவனித்திருந்ததை அவளே அவனிடம் மறுநாள் சொன்னாள். அவன் விக்கித்துப்போனான். என்னிடம் அசுத்தம் பார்க்காதே மாதவா, எச்சில் படாமல் பெண்ணிடம் ஆணும் ஆணிடம் பெண்ணும் பழகமுடியுமா எனக் கேட்டாள். அவன் சொற்களின்றித் தவித்தான். அவள் அதை ரசித்தபடி சொன்னாள்: ‘மாதவா என்னிடம் இயல்பாக இரு, என்னை நீ விரும்புகிறாய் என்பதை நான் அறிவேன். என் உடம்பு படாமல் என்னை இச்சிக்கும்

உரிமை யாவர்க்குமுண்டு. எனது உடுப்பில் மட்டுமன்று, என் உடம்பிலும் எனது வர்க்கத்தின் தன்மை படிந்துள்ளது. நிறைய படி. வர்க்கம் என்றால் என்னவென்று தமிழர்க்குத் தெரியாவிட்டாலும் தமிழிலக்கியம் படிப்பவனுக்குத் தெரிந்திருக்க வேண்டும். தமிழிலக்கியம் என்பது பட்டப்படிப்பு அல்ல, அது ஒரு வாழ்க்கை முறை. ஒவ்வொரு வண்டிமேட்டிலும் சவுக்கைக் கம்பங்களில் கத்தி சுத்தியல் பொறித்த சிவப்புக்கொடி பறக்கிறதே அது என் அப்பாவால் தைக்கப்பட்டது. கத்தி சுத்தியின் அட்டை வடிவம் அவரிடம் இருக்கிறது. வெள்ளைத் துணியைப் பரப்பி அதன்மீது அவ்வடிவத்தை வைத்துப் பென்சிலால் வரைந்தெடுத்து வெட்டித் தைப்பார். மேதினம் வந்தால் இக்கொடி தைக்கும் வேலை நிறைய வரும். அவருடைய கடைக்குச் சென்று வரைந்து கொடுத்து உதவி செய்வேன். தீபாவளி வேலையைவிட மேதின வேலைதான் ஒவ்வோர் ஆண்டும் என் படிப்புச் செலவுக்குக் கைகொடுக்கிறது. நீ மாலை நேர இட்டிலிக் கடையில் வேலை செய்கிறாயே அதற்கு எதிரே உள்ள உடையார் வீட்டுத் திண்ணையில் ஒரு தையல் கடை இருக்கிறதே அது என் அப்பா கடைதான். இன்று மாலை அங்கு வருவேன்: பம்பரமாக வேலை செய்யும் உன்னை வேடிக்கை பார்த்துக்கொண்டு இருப்பேன். என் அப்பாவுக்கு உன்னைப் பற்றிச் சொல்லியிருக்கிறேன்.'

அவள் பேச்சு மாதவனை ஈர்த்தது. அழகாகப் பேசுகிறாள். கவிதை எழுதுகிறாள். நிறையப் படிக்கிறாள். இரவல் கொடுத்த புத்தகத்தைப் படிக்க முடியாமல் திருப்பிக் கொடுத்தால் திட்டுகிறாள். இதே கல்லூரிக்குப் பேராசிரியராக வருவேன் என்கிறாள். அவளைப் போலவே தன்னையும் ஆக்கினால் எவ்வளவு நன்றாக இருக்கும் எனப் படுக்கையில் புரண்டபடி யோசிப்பான். இந்த ஓராண்டில் அவனிடம் எத்தனை பெரிய மாற்றங்கள்.

19

தோட்டத்தில் உள்ள மூன்று முருங்கை மரங்கள் தன் வாழ்க்கையின் மூன்று பெண்களாக மாதவனுக்குப் பொருள்படும். அவை அம்மா, அக்கா, தாமரை. அடர்த்தியான மரத்தின் கொழுந்துக் கீரையைப் பறித்து அப்பா பருப்புடன் வேகவைத்துக் கடைந்து தருவார். இலைகள் கொட்டிக் கிளைகளில் காய்கள் கொத்துக் கொத்தாகத் தொங்கும், அவற்றைப் பொரியல் செய்துத் தருவார். கீரையும் காயும் இல்லாத மதிய உணவைப் பார்ப்பது அரிது. முருங்கையும் பசுவும் ஒரு குடும்பத்திற்கு உறுப்பினராக அமைய வேண்டும் என அப்பா சொல்வார். பெண்களில்லாத நம் வீட்டுக்கு முருங்கை மரங்கள்தாம் பெண்கள். மூன்றாவது மரம் என் மருமகள் என மகனிடம் சொல்வார்.

தாமரை எனப் பெயரிட்ட மூன்றாவது மரத்தில் அடையடையாகக் கம்பளிப்பூச்சிகள் அப்பியிருந்தன. எங்கிலும் கட்டற்றுப் பரவிய பூச்சிகளால் அண்டைவீட்டார் மரத்தை வெட்டச்சொல்லிச் சண்டைக்கு வந்தார்கள். மாதவன் கலங்கினான். அவன் கல்லூரியில் இருந்தபோது மூன்று மரங்களையும் அப்பா வெட்டிச் சாய்துவிட்டார். அந்தச் சோதனையான நாளன்று தாமரையும் கல்லூரிக்கு வரவில்லை. இதுநாள்வரை அவள் விடுப்பு எடுத்ததே இல்லை என்பதை அந்த ஒருநாள் உணர்த்தியது. மறுநாள் கல்லூரியில் கம்பளிப் பூச்சியைப் போல் செய்தி பரவியது; தாமரை துப்பட்டாவால் தூக்குப்போட்டுத் தற்கொலை செய்துக்கொண்டாள்.

மாதவன் இடிந்து கிடந்தான். ஒருவாரமாகக் கல்லூரிக்குச் செல்லவில்லை. மாலைநேர இட்டிலிக் கடைக்கும் செல்லவில்லை. பாரதிதாசனின் கல்லறை நிழலில் அமர்ந்தபடி தாமரை புதைக்கப்பட்ட சமாதி மேட்டைப் பார்த்துக் கொண்டிருந்தான். எட்டிய தூரத்தில் மண்ணுக்குள் தன் காதலி அழுகிக் கொண்டிருக்கிறாள். தோண்டியெடுத்து அவளை மண்ணோடு அள்ளித் தின்ன வேண்டும். அவளைத் தூக்கிச்சென்று எட்டிய தூரத்தில் நெளியும் கடலில் இறங்கிவிட வேண்டும். அறிவாளியான

அவள் தற்கொலை செய்துகொள்ளும் அளவிற்குக் கோழையா எனக் கலங்கினான். மகனின் கதியைப் பொறுக்க முடியாமல் அப்பா அவனைத் தேடி இடுகாட்டிற்கே வந்துவிட்டார். மகனைக் கட்டிக்கொண்டு அழுதார். ஆடுமேய்க்கும் சிறுவர்கள் இருவரையும் சுற்றி நின்று வேடிக்கை பார்த்தார்கள்.

மறுநாள் கல்லூரிக்குப் போனான். இவனைத் தவிர மற்றவர்கள் இயல்பாக இருந்தனர். அவளின் தற்கொலைக்கான காரணங்கள் பலவாறாகப் பேசப்பட்டன. எல்லாரும் தன்னைப் பற்றிப் பேசுவதாகவே அவனுக்குள் குறுகுறுத்தது. அவள் நேற்று இருந்த வெற்றிடத்தில் இன்று தன்னை மட்டும் நிரப்பிக்கொள்ள அஞ்சினான். மரணத்தைக்கூடத் தேர்ந்தெடுக்கும் உரிமையற்றவன் நான் என ஒருமுறை அவளிடம் சொன்னது சத்திய வாக்கு. அற்றுப்போனவளைக் குறித்த அவஸ்தை எதற்கு எனக் கேட்டுக்கொண்டான். தாமரையின் நெருங்கிய தோழி தேவகி அவனிடம் தனியாகப் பேசினாள்; 'இவளுடைய அப்பாக் கடை இருக்கும் இடத்திற்கு உரியவர் வீட்டுப் பையன் பிரான்சிற்குப் பயணமான மறுநாள் இவள் இப்படிச் செய்துகொண்டாள். பிரேத பரிசோதனையில் இவள் வயிற்றில் கம்பளிப்பூச்சி இருந்ததாகச் சொல்கிறார்கள்.'

மாதவனுக்கு கல்லூரியில் இருப்புக் கொள்ளவில்லை. வீட்டிற்குத் திரும்பினான். வழியில் அப்பாவைப் பார்த்தான். முகம் பூரித்து இவனிடம் சொன்னார், 'மாதவா அம்மா வந்திருக்கிறாள்.'

20

மாதவனுக்கு அம்மாவைப் பார்க்க அருவருப்பாக இருந்தது. கையில்லாத ரவிக்கை, புகையிலை அடக்கப்பட்ட வாய், அதிலிருந்து வழியும் இந்தி வசைச் சொற்கள். வந்து ஒரு மாதம் ஆகிறது, ஆனால் மாதவன் அவளிடம் முகம் கொடுத்துப் பேசியதில்லை. இடையில் ஒருநாள் விழுப்புரத்திலிருந்து தன் சிற்றப்பன் கல்லூரிக்கு வந்திருந்தார். அவரிடம் 'இந்த ஆள் அவளுக்குத் தினமும் சாராயம் வாங்கிக் கொடுக்கிறான். சகிக்க முடியவில்லை' என்று கண் கலங்கி நின்றிருக்கிறான். இரவில் அவளுக்கும் சேர்த்து இட்டிலி வாங்கிவர அவன் மனம் ஒப்பவில்லை. இவள் எப்பொழுது ஒழிவாள் என மனம் கொதித்தது. அப்பாவிடமும் பேசுவதை நிறுத்திவிட்டான். நண்பர்கள் இவனைத் தேடிக்கொண்டு வீட்டிற்கு வந்தால் அம்மாவின் அவலட்சணத்தைப் பார்த்து என்ன நினைப்பார்களோ என்று கூச்சப்பட்டான்.

'சாதி பார்த்துப் பழகத் தெரிந்த உன்னைப்போல் வர்க்கம் பார்த்துப் பழகத்தெரியாமல் அசட்டையாக இருந்துவிட்டாள். தாமரையை இன்னும் நினைத்துக் கொண்டிருக்கிறாயா மாதவா' என்று தேவகி கேட்டாள்.

"இல்லை. அவளை மறந்துவிட்டேன். என் எண்ணமெல்லாம் என் அம்மா, தன் வாயில் ஊறும் புகையிலை எச்சிலை காறிக்காறித் துப்பியபடி இருக்கிறாள். இந்த ஆண்டு இளங்கலை முடித்து ஆசிரியர் பயிற்சி வகுப்பில் சேரவேண்டும். அதற்கான செலவுகளை சித்தப்பா ஏற்றுக்கொள்வதாகச் சொல்லியிருக்கிறார். எல்லா உதவிகளும் வட்டியில்லாக் கடன்தான். வேலை கிடைத்ததும் அடைத்துவிட வேண்டும். காரைக்காலில் வேலை கிடைத்தால் தனியாகப் போய்விடுவேன். அப்பாவுக்கு மாதாமாதம் பணம் அனுப்பினால் போதும்."

'திட்டமிட்ட வாழ்க்கை. அரசாங்கத்தில் மாதச் சம்பளம். சொந்தத்தில் அழகான பெண். நாமிருவர் நமக்கிருவர்.'

"கொலை மற்றும் தற்கொலை, இதைத் தவிர வேறு திட்டமிடல் எதுவுமற்ற வாழ்க்கை. என் அம்மாவைப் போல வாழவும் பயமாக இருக்கிறது, தாமரையைப் போலச் சாகவும் பயமாக இருக்கிறது. என் அப்பாவைப் போல நான் பயத்தில் இருத்தி வைக்கப்பட்டவன். என் அம்மாவைப் போன்ற கொலைகாரியும் தாமரை போன்ற தற்கொலைக்காரியும் நான் வாழ்வில் எதிர்கொண்ட இரு துருவங்கள். இதில் என் அம்மாவைத்தான் நான் அசலானவள் என்பேன். தாமரை தனது குடும்பத்திற்குத் துரோகம் செய்துவிட்டாள். அவள் ஒரு பூஞ்சைக் காளான். பாண்டிச்சேரி பெண்களுக்குத் தற்கொலை செய்துகொள்வது ஒருவித பாஷனாகிவிட்டது. பிரெஞ்சுக் குடும்பப் பெண்களிடமிருந்து தங்களை வித்தியாசப்படுத்திக் காட்ட இதுபோன்ற அபத்த நாடகத்தை நடித்துப் பார்க்கிறார்கள். இவளைப் போலப் பலரை அறிவேன் நான். தாமரை தன்னைத்தானே ஏமாற்றிக்கொண்டாள். அவளை எண்ணி நான் பல நாட்கள் அழுதது அருவருப்பைத் தருகிறது."

'அவளைத் தவிர நீ யாரிடமும் பேசியவனில்லை. நீ சாதி பார்த்துப் பழகுபவன் என்று பலமுறை சொல்லியிருக்கிறாள். என் சாதி தெரியுமா உனக்கு? பள்ளிக்கூடம் போகும்போது அப்பாவிடம் ஐந்து பைசா கேட்டு தென்னை மர உச்சியை அண்ணாந்து பார்த்துக்கொண்டு நிற்பேன். அப்பா இடுப்பிலிருந்து அவிழ்த்துக் காசைப் போடுவார். புவியீர்ப்பு விசை. அப்பா மீது கள் மணம் எப்பொழுதும் கமழும். சுரைக் குடுக்கையும் தென்னம் பாளையால் செய்த அரிவாள் பெட்டியும் இடுப்பில் கட்டப்பட்டிருக்கும். பாளைக்கத்தி, பாளைக் கட்டை, பீடிக் கட்டு, பொடி டப்பா என எல்லாம் கொண்ட பெட்டியில் எங்கள் வாழ்க்கையும் இருக்கும். நான் தரையில் இருந்தாலும் ஒவ்வொரு மரத்திலும் என் வாழ்க்கை ஏறி இறங்கியிருக்கிறது.'

"நன்றாகப் பேசுகிறாய். பேருந்து வருகிறது. பெண்கள் பக்கம் சென்று ஏறிக்கொள்." மாதவன் சிரித்தான்.

'ஏன் சிரிக்கிறாய்?'

"உன் மீதும் கள் வாசனை கமழ்கிறது."

அவனை நெருங்கி வந்து காதில் கிசுகிசுத்தாள், 'இன்றைக்கு நான் வீட்டுக்கு விலக்கு.'

21

அம்மா பகலில் எங்குப் போகிறாள் என்று அப்பாவுக்கும் தெரியாது அவளுக்கும் தெரியாது. இரவில் வருவாள். போதையில் தள்ளாடியபடி திண்ணையிலேயே படுத்துக்கொள்வாள். அவளைக் கண்டால் பக்கத்து வீட்டு நாய் குரைக்கும். அதை வசைமாரி பொழிவாள். அண்டை வீட்டார் யாரும் அவளிடம் முகங்கொடுப்பதில்லை. இவள் கண்ணில் பட்டால் அவர்களையும் திட்டுவாள். இந்தியில் திட்டுவதால் யாரும் அவளைப் பொருட்படுத்துவதில்லை. அவள் திட்டினால் நாய்கள் மட்டுமே பதிலுக்குக் குரைக்கும். புளியமரத்துச் சாராயக்கடையிலேயே சுற்றித் திரிந்தாள். சாராயத்துக்காக இருட்டில் ஆண்களுடன் ஒதுங்கினாள். சாராயக்கடையில் செல்லுபடியாகாத பெண்ணென்று ஒருத்தியும் இல்லை. அம்மா செத்துவிட்டால் நல்லது எனத் தலையிலடித்து அப்பா அழுதார். மாதவன் எதையும் கண்டுகொள்ளவில்லை. இந்த ஆறுமாதத்தில் அவள் உடம்பு வெளிறிவிட்டது. முகம் ஊதிப் பழுத்துவிட்டது. சாராயத்தில் ஊறிய உடம்புக்கான சவக்களை வந்துவிட்டது. செக்கச் சிவந்த மேனியும் சாதிச் செருக்கும் வறுமையிலும் மங்காத பழைய பணக்காரத் திமிறும் இன்று அவளிடம் இல்லை. பிறரை உதாசீனம் செய்த அவளுடைய ஆணவம் இன்று அவளையே உதாசீனம் செய்துகொள்வதாக மாதவன் கலங்கினான். நேற்று இரவு ஒன்பது மணியளவில் அம்மா தள்ளாடிக் கொண்டுவந்து வீட்டு எதிரே தெருவிலேயே விழுந்துவிட்டாள். அப்பாவும் மாதவனும் அவளைத் தூக்கிவந்து திண்ணையில் படுக்க வைத்தார்கள். தெருவிலுள்ளவர்கள் வேடிக்கை பார்த்தார்கள். திடீரென்று மாதவன் பெருங்குரலெடுத்து அழுதான். கலங்கிய பார்வையில் அம்மா மகனைப் பார்த்தாள். தேம்பியபடி மகனை அணைத்துக்கொண்டாள்.

மறுநாள் விடியலில் அப்பாவும் மகனும் அம்மாவைக் குளிப்பாட்டி விட்டனர். அவளுக்கு இன்னும் போதை தெளியவில்லை. தூக்கமும் தெளியவில்லை. பல ஆண்டுகளுக்கு முன்பு அக்காவின் பிணத்தைக் குளிப்பாட்டியபோது நாறிய அதே

வீச்சம் அம்மாவின் உடம்பிலிருந்து ஊறிக் குமைந்தது. மாதவனால் எச்சிலைக் கூட்டித் துப்பாமல் இருக்க முடியவில்லை. உடம்பெங்கும் ரத்தக் காயங்கள். சாராயக்கடையில் நேற்று அம்மாவை எவனோ குடிவெறியில் அடித்துத் துவைத்துவிட்டிருக்கிறான். யாரும் தடுக்கவில்லையாம். அவன்தான் இவளுக்குத் தினமும் சாராயம் வாங்கித் தருவானாம். காலையில் டீக்கடையில் நாராயணசாமி சொன்னான் என்று அப்பா முனகினார்.

உடையார் வீட்டுத் திண்ணையில் இருந்த தையல் கடையைத் தாமரையின் அப்பா இடம்மாற்றிவிட்டார் போலும், திண்ணை காலியாக இருந்தது. இட்டிலிக் கடையிலிருந்து அந்த இடத்தை நோக்கி மாதவனின் பார்வை போகும்போதெல்லாம் தாமரையின் சடலம் கிடத்தப்பட்டிருப்பது போலத் தோன்றும்.

தேவகியை நோக்கி மனம் தாவுவதை மாதவனால் கட்டுப்படுத்த முடியவில்லை. தன் அம்மாவைப் பற்றி அன்றொருநாள் அவளிடம் சொன்னான். அமைதியாகக் கேட்டுவிட்டுச் சொன்னாள்; 'உன் அம்மாவைப் பொருட்படுத்தாதே. தனது மரணத்தைத் தேடிக்கொண்டிருக்கிறாள். கண்ணில் பட்டதும் அதற்குள் நுழைந்துவிடுவாள். அவளது மரணம் உன்னை விடுதலை செய்யும். தினமும் அவளுக்கு நீயே சாராயம் வாங்கிக் கொடு. கடைக்குச் சென்று குடிப்பதை அனுமதிக்காதே. யாருடைய வாழ்க்கைக்கும் மதிப்புரை எழுதாதே. தேர்வு நெருங்குகிறது. நானும் ஆசிரியர் பயிற்சி வகுப்பில் சேரப் போகிறேன். நமது ஊரில் தென்னை மரங்களை இனித் தேடவேண்டி வரலாம். அப்பாவுக்கு வேறு வேலை தெரியாது. எல்லோரும் சாப்பிட வேண்டும். தம்பியைப் படிக்கவைக்க வேண்டும். அதற்கு நான் வேலைக்குப் போகவேண்டும். உன் அம்மா செத்த பிறகு என்னை ஞாபகமிருந்தால் தேடிவா'.

மாதவன் பேருந்து வரும் சாலையைப் பார்த்துக் கொண்டிருந்தான்.

22

அம்மா வெளியில் போவதில்லை. திண்ணையில் சாக்கை விரித்துத் தொங்கவிட்டு மறைப்பை ஏற்படுத்திக் கொண்டாள். எந்நேரமும் தூங்கிக்கொண்டே இருந்தாள். மாலையில் அப்பா வாங்கித் தரும் சாராயத்தை வைத்துக்கொண்டு இரவில் மாதவன் கொண்டுவரும் இட்டிலிகளைத் தின்றுவிட்டு மீண்டும் படுத்துக்கொள்வாள். அக்கா எப்படி இருந்தாளோ அப்படியே அம்மாவும் இருந்தாள். அக்காவைப் போலத் தூங்கியபடி சிறுநீர் கழிப்பதில்லை. மகளின் பைத்தியக்களை தாய்க்கும் வந்துவிட்டதை மகன் தினமும் உற்றுநோக்கி வந்தான்.

தேர்வுகள் முடிந்த அன்று மாதவன் தனது வீட்டுக்கு தேவகியை அழைத்து வந்தான். அம்மாவைப் பார்க்க தேவகியும் ஆவலோடு வந்தாள். ஆனால் திண்ணையில் அம்மா இல்லை. தோட்டத்தில் பூவரசன் மரத்தடியில் சில சமயம் தன் மகளின் உயிர் பிரிந்த இடத்தில் படுத்துக்கிடப்பதும் வழக்கம். அங்கும் இல்லை. அப்பாவையும் காணோம். தேவகி தோட்டத்தைப் பார்த்து வியந்தாள்; ‘இத்தனை பெரிய தோட்டமா?’. அவள் கண்கள் விரிந்தன. பூவரசனில் ஒரு காகம் கூடுகட்டிக்கொண்டு, இவர்களைப் பார்த்துப் பதற்றத்தோடு அங்குமிங்கும் பறந்தது. மாதவன் கடுங்காபி போட்டுக்கொடுத்தான். பனைவெல்லக் காபி மணமாக இருந்தது. அவள் ஊதிக் குடித்து பிறகொரு நாள் வருகிறேன் என விடைபெற்றபோது அவனது கன்னத்தில் முத்தமிட்டாள். அவன் ஒரு கணம் பொங்கி அடங்கினான். மார்பு படபடத்தது. அவளை நெருக்கியணைத்து உதடுகளில் முத்தமிட்டான். அவள் அவனை விட்டுவிலகி வாசலுக்கு வந்தாள்.

அன்று அம்மா மீண்டும் தொலைந்துவிட்டாள்.

சாராயக்கடையில் தெரிந்தவர்களிடமெல்லாம் அப்பா, அம்மாவைக் கேட்டு விசாரித்தார். அம்மாவை அடித்தவனிடமும் கேட்டார், அவன் பதறிவிட்டான். ஒருவாரம் கடந்த நிலையில் அவளைத் தேடுவதை விட்டுவிட்டு, திண்ணையில் தொங்கிய சாக்கு

மறைப்புகளை அவிழ்த்தெறிந்துவிட்டு அந்த இடத்தில் அப்பா மீண்டும் தொழில் செய்யத் தொடங்கிவிட்டார். ஒரு நாள் காலை மரக்காணத்திலிருந்து வருவதாகச் சொல்லி ஒருவன் அவரிடம் பேசிக்கொண்டிருந்தான். மாதவன் வீட்டுக்குள்ளிருந்தபடி அவர்களின் பேச்சைக் காது கொடுத்தான். அம்மாவைப் பற்றிய முறிந்த தகவல்கள் திண்ணையில் சிதறின. வந்தவர் போனபிறகு நெடுநேரம் அப்பா அசையாமல் அமர்ந்திருந்தார். பேசுவார் என மாதவன் அவர் முகத்தையே பார்த்துக்கொண்டு நின்றான். அவர் கண்களிலிருந்து நீர் மௌனமாக வழிந்தது. மகனைச் சைகையாலேயே அழைத்துத் திண்ணையில் தன் எதிரே அமர்த்தி அவன் கையில் சவரக் கத்தியைக் கொடுத்துத் தன் தலையைக் குனிந்து காட்டினார். அவன் மௌனமாக மழிக்கத் தொடங்கினான்.

'மகனே, அம்மா செத்துவிட்டாள். மரக்காணம்வரை கடலோரமாகவே நடந்து போயிருக்கிறாள். அந்த ஊர்க் கடற்கரையில் மூன்று நாட்கள் படுத்துக் கிடந்திருக்கிறாள். அவளை ஊர்விட்டு ஊர் வந்திருக்கும் பைத்தியம் என்றே பார்த்தவர் நினைத்திருக்கின்றனர். சென்ற வாரத்தில் ஒருநாள் இரவு அவளை இரண்டு பேர் தொல்லை செய்துள்ளனர். அந்த இருவரில் ஒருவன்தான் இங்கு வந்துவிட்டுப் போனவன். அம்மா தடுத்திருக்கிறாள். குடிவெறியில் இன்னொருவன் அம்மாவை உதைத்திருக்கிறான். இவன் தடுத்திருக்கிறான். இதனால் நண்பர்கள் இருவர்க்கிடையே வாய்த்தகராறு. அம்மா சமயம் பார்த்துத் தன்னைத் தாக்கியவன் முகத்தில் மண்ணை அள்ளி வீசியிருக்கிறாள், அவன் மண் அப்பிய கண்களைப் பொத்தியபடி கீழே உட்கார, கண்ணிமைக்கும் பொழுதில் அம்மா தன் இடுப்பில் சொருகி வைத்திருந்த மடிப்புக் கத்தியை எடுத்து அவனது குரல்வளையை அறுத்துவிட்டாள்.

நடு இரவு கடந்து கொண்டிருந்தது. வந்தவன் திகைத்துத் திகிலடித்து உறைந்துவிட்டிருக்கிறான். அம்மா தன்னைப் பற்றியும் நம்மைப் பற்றியும் சொல்லியிருக்கிறாள். தான் தற்கொலை செய்து கொள்ளவே கடலுக்கு வந்து கடலோரமாகவே எட்டி வந்ததாகச் சொல்லியிருக்கிறாள். வந்த இடத்தில் இப்படியாகிவிட்டதே என வருந்தியிருக்கிறாள்.

இந்த ஆள் எவ்வளவோ தடுத்துப் பேசியிருக்கிறான். கத்தியைக் கடலுக்குள் வீசிவிட்டு, அம்மா அமைதியாகவும் மௌனமாகவும் செத்தவனை இழுத்துக்கொண்டு கடலுக்குள் இறங்கி நடந்து ஆழத்தில் மூழ்கிவிட்டாளாம். நன்றாக விடியும்வரை இவன்

அங்கேயே இருந்திருக்கிறான். இதுநாள்வரை எங்கேயும் பிணங்கள் கிழக்குக் கரையோரம் ஒதுங்கவில்லையாம்.'

அப்பாவின் தலையையும் முகத்தையும் மழித்து முடித்த மாதவன், 'இதை வெளியில் சொல்லாதே' எனச் சொல்லித் திண்ணையைவிட்டுக் கீழே இறங்கினான்.

23

புதுச்சேரி நிலத்தின் நிறம் நீலம். சாம்பல் நிறக் கடல். மழை இளம் பச்சையாக இருக்கும். காவி நிறத்தில் கதிரொளி மாலை ஏழு மணிவரை குமையும். இரவு பால் போல இருக்கும். நிலா கட்டக்கரிய விழியாகப் பார்க்கும். மாதவனின் மகளுக்குக் காலமும் வெளியும் வண்ணங்களால் ஆனவை. அவள் மண்ணின் மகள். ஆம், அவள் பூமிக்குள்ளிருந்து வெளிவந்தவள். ஆகவே மகளை பூமிதா என அழைத்தான். தூரத்தில் விளையாடும் மகளைப் பூமி எனக் கூவி அழைப்பான். அவள் பல வண்ணங்களாலான ஆயிரம் சிறகுகள் கொண்ட வண்ணத்துப் பூச்சியாகப் பறந்து வருவாள். நிலத்தில் விழுந்த நிலா.

மாதவன் தன் தந்தை இறந்தபிறகு கூரை வீட்டை மாற்றி மொட்டை மாடிவீடு கட்டினான். வீடு கட்ட வங்கிக் கடன் பெற்றவர்கள் நகருக்கு வெளியே கழனிவெளிகளை காயப்போட்டுப் புதிய நகர்ப்புறங்களாக உரு மாற்றினார்கள். வெட்டுக்கிளி, தும்பி, பட்டாம்பூச்சி போன்ற குழந்தைகளின் விளையாட்டு உயிரினங்கள் காணாமல் போயின. தொட்டால் சுருங்கி, பூனைக்கசுறு, வெடிக்காய் முதலிய விளையாட்டுத் தாவரங்கள் பெரியவர்களின் நினைவுகளில் மட்டும் உயிர்வளர்ந்தன. பாம்பு பற்றிய பயம் அடியோடு போனது. பேய்களின் தலைமறைவு வாழ்க்கை முற்றாக அழித்தொழிக்கப்பட்டது. போலிஸ் என்ற புதிய பேய்களின் நடமாட்டம் அதிகரித்தது. மக்கள் தொகைக்கு ஈடாக இருந்த பன்றி, இன அழிப்புக்குள்ளானது. சாராயக்கடைகள் நகரத்துக்கு வெளியே தூக்கியெறியப்பட்டன. தென்தமிழ் நாட்டினரின் குடியேற்றத்தால் உருவான புதிய தலைமுறையின் நாவில் ழகரம் திரிந்து லகரமானது. புதுச்சேரியின் மண்ணின் மணத்தோடு புராதன மீன்குழம்பு மட்டுமே மீந்துநின்றது.

வீடுகட்டப் பூசை போடப்பட்டபோது கண்ணாடிச் சட்டமிடப்பட்ட அப்பாவின் புகைப்படத்தை வைத்துப் படையலிட்டான். மாதவனின் சித்தப்பா விழுப்புரத்திலிருந்து

மனைவியோடு வந்திருந்தார். ஊருக்குப் புறப்படும்போது வழக்கமான திருமணப் பேச்சையெடுத்தார். சொந்தத்தில் படித்த பெண் இருப்பதாகச் சொன்னார். மாதவன் தனக்கேயுரிய ஆயத்தப் புன்னகையோடு நின்றுகொண்டிருந்தான்.

'சித்தப்பா, நானும் தேவகியும் ஒன்றாகப் படித்தோம், படித்த கல்லூரி யிலேயே படிப்பிக்கிறோம். அவளுக்காகக் காத்திருந்தேன், காத்துக் கொண்டேயிருந்தேன். வாழ்க்கையில் பணம் பதவி வந்தபிறகு சாதி அவளை அணைத்துக்கொண்டது. சாதி பார்த்துக் கட்டிக்கொண்டாள். படித்த வர்க்கத்தாலேயே சாதியைத் தாண்டி வரமுடியாதபோது சாமானியர்கள் என்ன செய்வார்கள்? எனக்குத் திருமணம் வேண்டாம். பெண் குழந்தை ஒன்றைத் தத்தெடுத்து வளர்க்கப் போகிறேன். அந்த முகம் தெரியாத மகளுக்குத்தான் இந்த வீட்டைக் கட்டவுள்ளேன்.' மாதவன் கண்களில் ஒளிவீசச் சொன்னான். சித்தப்பா சிரித்துக்கொண்டார்.

மறுநாள் கடைக்கால் தோண்டப்பட்டது. அதற்காக நேற்றே பூவரசமரத்தை வெட்டிவிட்டனர். அக்கா விடியவிடிய மழையில் நனைந்து செத்த இடம். அந்த பூவரசமரத்தினடியிலேதான் உயிர் பிரிந்தது. அங்கே பள்ளம் தோண்டும்போது நான்கு அடி ஆழத்தில் மூடியிட்ட தாழி ஒன்று கிடைத்தது. அந்தத் தாழியை ஒட்டர்கள் உடையாமல் தோண்டி எடுத்தனர். எல்லோரும் ஆச்சர்யத்தில் வாயடைத்து நிற்க, மாதவன் தாழியைத் திறந்தான்.

உள்ளே தாழி அளவு பனிக்குடம். அதனுள் கை நுழைத்து தொப்பூழ்க் கொடியில்லாத பெண் குழவியை வெளியே உருவினான். நிணத்தின் கொழகொழப்போடு குழந்தை முதல் சுவாசத்தில் அழுதது. தாழிக்குள்ளிருந்து தன் அக்காவே தோன்றியிருப்பதாக மாதவன் மகிழ்ச்சியில் அழுதான். ஏவாளுக்குப் பிறகு பூமியில் தோன்றிய தொப்பூழ் இல்லாத இரண்டாவது பெண் தன் மகள் பூமிதா என மாதவன் நண்பர்களிடம் பெருமையோடு சொல்லிச் சிலிர்ப்பான்.

24

மொட்டைமாடியில் மகளோடு காற்றாடிவிட்டுக் கொண்டிருந்தபோது அவளுக்கு முதல் பல் விழுந்தது. பச்சையரிசிப் பல். அந்தப் பல்லை மாதவன் பத்திரப்படுத்தினான். அக்காவின் சாம்பலிலிருந்து எடுத்து வைத்த அந்தச் சிறிய எலும்புத் துண்டும் அவனுடைய சேகரிப்பில் இருந்தது. பூமிதா பிறந்த தாழி, மண் சாயம் பூசப்பட்டு வரவேற்பறையில் மூலையில் இருந்தது. சுவரில் புதைக்கப்பட்ட பிள்ளையார் சிற்பம், அதுவே அவர்கள் வீட்டில் மூன்றாவது இருப்பாக இருந்தது.

முருங்கை மரங்களாலான இந்த இடம் இன்று கல் வீடாக மாறிவிட்டது. கூரை வீடுகளால் நிறைந்திருந்தத் தெரு மெத்தை வீடுகளாக மாறிப் பணக்காரத் தோரணை கொண்டுவிட்டது. இங்கு அன்றிருந்த கூரை வீடுகளும் இல்லை, அதில் வாழ்ந்தவர்களும் இல்லை.

உலகிலேயே தங்கள் தாய்மொழியின் பெயரைச் சரியாக உச்சரிக்கத் தெரியாத ஓர் இனமாகத் தமிழர் இருக்கின்றனர். தன் மகளுக்கு ழகர உச்சரிப்பு மிகச்சரியாக அமைய மாதவன் பெரிதும் சிரமப்பட்டான். பள்ளியிலும் அதற்கு வெளியிலும் அவளுடன் பழகும் சிறுவர் தமில் குலந்தைகளாக வளர்ந்தனர். புதுச்சேரியின் ழகரச் சிறப்பு தன் தலைமுறையோடு மறைந்துவிடுமோ என்ற அச்சம் மாதவனுக்கு இருந்தது. கல்லூரி மாணவர்களிடையே ழகரம் என்ற ஓர் அமைப்பை உருவாக்கினான். ழகரத்தை மிகச்சரியாக உச்சரிக்கும்போது தமிழினத்திற்கென்று இப்பூமியில் ஒரு பிடி நாடு உருவாகும் என்பதில் நம்பிக்கை கொண்ட இளைஞர்கள் அவனைச் சுற்றி முளைத்தனர்.

அழைத்ததும் வரும் குழந்தையைப் போல மழை; மழை என்பது சொல் மட்டுமல்ல; தமிழ் என்பதும் மழை என்பதும் இரு வேறு பொருள் அன்று. இந்த வாக்கியத்தை பூமிதா காலை கண்விழித்ததும் வாய்விட்டு உரக்கச் சொல்வாள். தொண்டைக்குள் ஒரு மிடறு மழை தூறித் தேங்கும். மகளின் மழலை அழகில் மாதவன் மெய் சிலிர்ப்பான்.

முருங்கையைவிட வேகமாக மகள் வளர்ந்தாள். அவளைக் குளிக்க வைத்து ஆடை உடுத்திச் சிற்றுண்டி கொடுத்துப் பள்ளிக்கு அழைத்துச் செல்வது முதல்; மாலை வீட்டுக்கு அழைத்துவந்து ஆடைமாற்றித் தின்பண்டம் கொடுத்துத் தின்னவைத்துப் பக்கத்து வீட்டுக் குழந்தைகளுடன் விளையாட வெளியே அனுப்பிவிட்டு இரவு உணவு தயார் செய்து, இருட்டத் தொடங்கியதும் மகளை அழைத்து வீட்டுப் பாடங்கள் செய்யச் சொல்லிச் சரிப் பார்த்து முடித்ததும் உணவு கொடுத்துக் கதை சொல்லித் தூங்கச் செய்வான். பூமிதா வழக்கமாகக் கேட்கும் கேள்வியைக் கேட்பாள், 'அப்பா எனக்கொரு அம்மாவை என்றைக்குப் பெற்றுத் தறுவாய்?' மகள் தவறாமல் கேட்கும் இதே கேள்விக்கு அப்பனும் ஒரே பதிலையே தவறாமல் சொல்வான், 'மகளே தொப்பூழ் இல்லாதவர்க்கு அம்மா இல்லை.' 'என் அம்மாவை நான் கண்டடைவேன்' என மனத்திற்குள் சொல்லியபடி பூமிதா தூங்கிப்போவாள்.

25

பூமிக்குள்ளிருந்து மரவள்ளிக் கிழங்கு போல என் மகள் வெளிவந்த கதையை ஒருவரும் நம்புவதில்லை. என் மகள் நம்புகிறாள், அதுபோதும் எனக்கு என மாதவன் தேவகியின் கணவனிடம் சொன்னான். அவனுடைய விந்தில் உயிரணுக்கள் எண்ணிக்கையில் குறைவாக இருப்பதால் குழந்தை உண்டாவது இயலாத காரியம் என மருத்துவர் கைவிரித்துவிட்டார். தேவகி கலங்கி நின்றாள். மாதவனைத் தான் ஏமாற்றியதற்குக் கடவுள் தன்னைத் தண்டித்துவிட்டார் என நம்பினாள். கல்லூரியில் ஒருநாள் இதுகுறித்துப் புலம்பியிருக்கிறாள். அதற்கு மாதவன் தன்னால் இயன்ற உதவியைச் செய்வதாக உறுதியளித்திருக்கிறான். தேவகி அகம் மகிழ்ந்து தன் கணவனிடம் சொல்ல, அவன் மாதவனை அணுகி இதுகுறித்துப் பேசியிருக்கிறான். அதற்குத்தான் தன் மகள் பிறந்த கதையை நம்பும்படி தேவகியின் கணவனிடம் மாதவன் கேட்டுக் கொண்டான். தேவகிக்கும் ஒரு நல்வழி காட்டினான். தினமும் ஒரு திருக்குறளை மனப்பாடம் செய்துவந்தால் ஆயிரத்து முந்நூற்றி முப்பதாம் நாள் ஒரு குழந்தைக்குத் தாயாவாள் என நம்பிக்கை அளித்தான்.

மாதவன் காட்டிய திசையில் பயணித்த தேவகிக்கு ஒரு பெண் குழவி சித்தித்தது. அவள் கணவன் மாதவனைக் கையெடுத்துக் கும்பிட்டான். குழந்தைக்குப் பெயர் சூட்டும் விழாவை மாதவனின் இல்லத்திலேயே நிகழ்த்தினர். தங்களுடன் பணியாற்றும் சக பேராசிரியர்கள் சூழக் குழந்தைக்கு பூமிதாவைப் பெயர்சூட்டக் கேட்டுக்கொண்டனர். ழகரி எனப் பெயரிட்டாள். அன்றிரவு தூக்கத்திலேயே பூமிதா பூப்பெய்தினாள்.

தாயுமானவனாகத் தான் இருந்தாலும் இதுபோன்ற தருணங்களில் மகளுக்கு ஒரு தாயின் சேவை தேவை என்பதை உணர்ந்து மாதவன் தவித்தபோது தேவகி உதவிக்கு வந்தாள். அவளைக் கண்டு மாதவனின் கண்கள் பனித்தன. வண்ணத்துப்பூச்சியாகப் பறந்து திரிந்த பூமிதா பஞ்சவர்ணக்கிளி ஆனாள். அவளது

சிறகிலிருந்து உதிர்ந்த முதல் இறகை, எலும்பும் பல்லும் இருக்கும் பேழையில் வைத்துப் பத்திரப்படுத்தினான்.

குறிப்பிட்டுச் சொல்லும்படியான சம்பவம் ஏதுமற்று மாதவனின் வாழ்க்கை நகர்ந்துகொண்டிருந்தது. ழகரம் அமைப்பில் சில முதியவர்களைத் தவிரப் புதிய முகங்கள் எதுவும் தென்படுவதில்லை. புதுச்சேரியில் ழகரத்தை உச்சரிக்கும் குடும்பம் தெருவுக்கு இரண்டு தேருவது சந்தேகம். வாழ்க்கை அலுப்பாக இருந்தது. வீட்டில் மொட்டையாக இருந்த மாடியைக் கட்டினான். மேலேமேலே எத்தனை தளங்களை எழுப்பினாலும் இறுதியில் மீறுவது மொட்டையாக இருக்க அங்குப் பூச்செடிகள் வளர்த்துப் பராமரித்தான். ழகரி தன்னையும் அப்பா என்று அழைப்பதில் மனம் குளிர்ந்தான்.

26

புதுச்சேரிக் கடற்கரைச் சாலையில் தன் மகளுடன் மாலை உலாச் செல்வது போன்ற இனிமையான தருணங்களால் நிறைந்த வாழ்க்கை தனக்கு வாய்க்கும்போது ஐம்பது வயதைத் தான் தொட்டுவிட்டதை நிலைக்கண்ணாடி முன்நின்று காதோரம் நரைத்துவிட்ட தலைமுடியை சீப்பால் கோதிவிட்டபடி மாதவன் அசைபோட்டான். ஐம்பதாண்டுக் கால வாழ்க்கை. இன்னும் கன்னிகழியாத இருப்பு. அடுத்தடுத்து இரண்டு மூளிக் காதல். தாமரை. வர்க்க அரசியல் தெரிந்தவள். உயர்சாதிப் பணக்காரப் பையன் மீது கமழ்ந்த பிரெஞ்சு வாசனைத் திரவியத்தில் மயங்கி முட்டாள் தனமாகத் தன்னை மாய்த்துக்கொண்டவள். அடுத்தவள், படித்து முடித்து வேலையில் அமர்ந்ததும் சாதி பார்த்து மணம் செய்துகொண்டவள். இன்று அடிக்கடி தன் மகளுடன் வீட்டுக்கு வந்துபோகிறாள். அவள் கணவன் கொன்றைவேந்தன், புலவரேறு. பூமிதா, ழகரி. பூமிதா பூமிக்குள்ளிருந்து வந்தவள். அடுத்தவள், திருக்குறளால் ஆனவள். இவர்களைத் தவிரத் தனக்கு யாருமில்லை என்பதை உக்கிரமாக உணர்ந்த அன்று மாதவனுக்குச் சித்தம் பிசகியது. தான் சிறுவனாக இருந்தபோது பைத்தியம் பிடித்துச் செத்துப் போன அக்காள், தம்பீ தம்பீ என்று அவனை அழைப்பது காதுகள் வழியே கபாலத்துக்குள் நுழைந்து திசைகளெட்டும் எதிரொலித்தது. கண்ணாடி முன்நின்று தனது காதோர நரைமுடியைப் பார்த்துக் கொண்டிருந்த போதே அது தலைமுழுவதும் பரவி வெள்ளைக் காலிப்பூவாய் உருத்திரிந்தது.

மாதவன் மாடி அறையிலேயே அடைந்துகிடந்தான். தாயின் அரவணைப்பு இன்றி வளர்ந்தவன். தாரம் என்றால் என்னவென்று அறியாதவன். இன்று மகளின் பராமரிப்பில் சூன்யத்தை வெறித்தபடி. இது இவனுக்கு எப்படி நேர்ந்தது என, தேவகி தவித்தாள். மாதவன் பணியிலிருந்து விருப்ப ஓய்வு பெற்றான். ஒரு நேரம் நன்றாக இருக்கும் அவனது பேச்சு அடுத்த நேரம் தாறுமாறாக இருந்தது. சக ஆசிரியர்கள் மருண்டனர். மாணவர்கள் மாதவனின் வகுப்பைத் தவிர்த்தனர். தேவகியும்

கொன்றைவேந்தனும் அவனுடைய நிலைமையை அவனுக்கு எடுத்துச் சொல்லிப் புரியவைக்க முயன்றனர். பூமிதாவின் மனம் கேவியது. அவளுடைய படிப்பு பாதிக்காத வண்ணம் அவளுடனேயே இருந்து தேவகி கவனித்துக்கொண்டாள்.

தன் அக்காவைப்போலத் தானும் மனநோய்க்கு ஆளாகிவிட்டோமோ என்று மாதவன் குமைந்தான். ஒரு பைத்தியம் தன்னைப் பைத்தியமென்று உணரும்போது அது பைத்தியம் என்ற சூன்யத்திற்குள்ளிருந்து மனம் தெளிந்து வெளியேறிவிட்டதாகத்தானே அர்த்தம்? மனநலம் பேதலித்தவன் என்று தேவகியும் கல்லூரியும் தன்னை அடையாளப்படுத்துவது எங்ஙனம்?

தான் வல்லுறவு கொள்ளப்படுகிறோம் என்பதை உணர்ந்து அதைத் தடுக்கும் ஒரு மனம் பிசகிய பெண்ணைப் பைத்தியமென்று எப்படிச் சொல்லமுடியும்? தான் மிகச் சரியாகத்தான் இருப்பதாக மாதவன் நம்பினான். தேவகியின் அருகாமை தனக்கு வேண்டும் என்பதற்காகத்தான் நடிக்கிறோமோ என்ற சந்தேகம் அடிக்கடி எழுந்தது.

இரவு முழுதும் மொட்டை மாடியில் கிழக்குத் திசை நோக்கி அமர்ந்திருக்கும் மாதவன், அதிகாலை உதயத்தை வணங்கிய பின்னர்க் கீழே படியிறங்குவான். சில சமயம் வெயில் சுடும்போதும் பிரக்ஞை இன்றிக் கிழக்கை வெறித்தபடி அமர்ந்திருப்பான். பூமிதா மேலேவந்து அவனைக் கீழே அழைத்து வருவாள். காலை உணவு முடித்தபிறகு தன் அறைக்குள் சென்று படித்துக்கொண்டிருப்பான். இரண்டாவது வார்த்தையைப் படிக்கும்போது முதல் வார்த்தை மறந்துவிடும். இப்படியே அவன் படித்து வர இறுதியில் கடைசி வார்த்தை மட்டுமே மனத்தில் நிற்கும். 'கரும் பலகையில் எழுதிக்கொண்டேவர ஒவ்வொரு சொற்களாக மறைந்து கொண்டே இருப்பதுபோல இருக்கிறது. வாசிக்கும் சொற்களெல்லாம் என் வழியே மறதிக்குள் சரிகின்றன. நடுக்கடலில் திட்டாகப் பெய்த மழை தனது அடையாளமின்றிப் போவதுபோல எனது வாசிப்பு, பேச்சு, சிந்தனை எல்லாம் மறைந்துவிடுகின்றன. எனது மூளை அடிப்பகுதி இல்லாத வாளி, அதைக்கொண்டு கிணற்றிலிருந்து நீர் இறைக்கிறேன். இப்போது என்ன உன்னிடம் பேசிவருகிறேன் என்று தெரியவில்லை. ஆனால் உன்னிடம் பேசிக்கொண்டிருக்கிறேன் என்பதை மட்டும் உணர்கிறேன். ரத்தம் வழிகிறது, ஆனால் வலியை உணரமுடியவில்லை.' தேவகியிடம் அரிதாகப் பேசுவான்.

பூமிதா மதியம் பள்ளியிலிருக்கும்போது கல்லூரியிலிருந்து தேவகி வீட்டுக்குவந்து மாலைவரை மாதவனைக் கவனித்துக்கொள்வாள்.

பூமிதா வந்தவுடன் அவளிடம் அவனை ஒப்படைத்துவிட்டுத் தன் வீட்டிற்குச் சென்றுவிடுவாள். கொன்றை மனைவிக்காக மகளுடன் காத்திருப்பான். கொன்றையைப் போல ஓர் ஆண்மகன் தனக்கு வாழ்க்கைத் துணையாக அமைந்தது மாதவன் பெற்ற வரம் என, தேவகி பூமிதாவிடம் அடிக்கடி சொல்வாள். பூமிதா அம்மா என, தேவகியை அணைத்துக்கொள்வாள்.

மாலையில் குயில் தோப்பு சித்தானந்தர் கோயிலுக்குச் சென்றுவிடும் மாதவன், கோயிலைச் சாத்தும்வரை குளத்திற்குள்ளிறங்கும் படிக்கட்டில் அமர்ந்திருப்பான். சிறிய குளம். பலா, சரக்கொன்றை, தென்னை போன்ற மரங்கள் குளத்தில் கவிழ்ந்திருக்கும். அதன் கரையில் பாரதியாருக்கு மார்பளவு சிமெண்ட் சிலை. இது சித்தானந்தர் என்ற சித்தர் சமாதியடைந்த இடம். மாதவன் சிறுவயதிலிருந்தே இக்கோவிலுக்கு வந்துபோவான். இக்கோவில் சாலையோரமிருந்தாலும் இங்கிருந்தே பெரும் காடு நாலாத் திசைகளிலும் பரவிக்கிடக்கும். பக்கத்திலேயே இடுகாடும் சுடுகாடும் சேர்ந்த புதுவையின் சக்கரவாளக்கோட்டம். இந்த இடம் அன்று பேய்களின் சரணாலயமாக இருந்தது. இன்று சுற்றுச் சுவர் எழுப்பப்பட்ட கோயில், பக்கத்தில் இடம் குறுக்கப்பட்டு மதிற் சுவர்களுக்குள் எரியும் அடக்கி ஒடுக்கப்பட்ட பிணங்கள். பிரெஞ்சுக்காரன் காலத்தில் பேய்களின் தன்னாட்சி அதிகாரம் பெற்ற சுதந்திர நிலப்பரப்பாக இருந்த இப்பகுதி, புதுச்சேரி இந்தியாவுடன் இணைந்தபிறகு உண்டான தேசிய வெளிச்சத்தில் இருள் நீர்த்துப்போனது. பேய்கள் கொல்லப்பட்டன. இது பழைய கதை. புதுக்கதை என்னவென்றால் குயில் தோப்பில் எஞ்சிய கடைசிப் பேயாக மாதவன் மாறிப்போனது.

27

பூமிதா மேனிலைக் கல்வி தேர்ச்சி பெற்றபிறகு பொறியியல் கல்லூரியில் சேர்ந்தாள். மாதவனின் பிரக்ஞையிலிருந்து என்றோ நழுவிவிட்ட அவள் கொஞ்சம் கொஞ்சமாக, தேவகியின் வீட்டிலேயே தங்க ஆரம்பித்து விட்டாள். வார இறுதி நாட்களில் மட்டுமே அப்பாவிடம் வந்து தங்கினாள். மதியம் ஒருவேளை உணவை, தேவகி கொண்டுவந்து மாதவனுடன் பகிர்ந்துகொள்வாள். அவளால் வரயியலாத நாட்களில் மொட்டைமாடியில் நின்று நிலாவை மென்று கடைவாயில் குருதி வழியத் தின்று கொண்டிருப்பான். மறுநாள் பூமிதாவோ தேவகியோ அவனைப் பார்த்துப் பேசி வீட்டுக்குள் அழைத்துவர வேண்டும். அவன் மிக இயல்பாகச் சிரித்தபடி சாவி கொடுத்த பொம்மையைப் போலச் செயல்படுவான்.

உடம்பில் தேவையற்ற சதை வற்றிக் கன்னங்கள் ஒட்டிக் கண்கள் அகன்று ஒளிகூடி தாடி மீசை புதர்ந்து சீவாத தலைமுடியில் சடைவிழுந்து கோழி மார்பு புடைத்துக்கொண்டு பார்ப்பதற்கு அறிவிற் தெளிந்த பைத்தியம் போல இருப்பதாக, தேவகி மாதவனை ரசித்தாள்.

யாருக்கும் தொல்லை தராதவன் சில நேரங்களில் விடிய விடிய நாயனம் வாசிப்பான். மஞ்சள் துணியால் உறையிட்டுச் சுவரில் பொதிந்த ஆணியில் தொங்கும் இந்நாயனத்தைத் தன் சித்தப்பாவிடமிருந்து கேட்டு வாங்கினான். உள்ளூர்க் கோயில் திருவிழா, சுப காரியங்கள் போன்றவற்றிற்கு அவர் வாசிப்பார். அவரிடம் பயன்படாமலிருந்த ஒன்றைத் தனக்கு வேண்டுமென்று கேட்டு வாங்கிக்கொண்டான். தன் அப்பா தொழில் முறையாக வாசிப்பதில்லை என்றாலும் அவருக்கு வாசிக்கத் தெரியும் என்பதால் தானும் தொழில் முறையாகவன்றித் தெரிந்துகொள்ள வேண்டுமென்று அவரிடம் நச்சரித்துக் கற்றுக்கொண்டான்.

அந்த நாயனத்தை ஒருநாள் அம்மா அடுப்பில் வைத்து எரித்தாள். நெல்லூர் வட்டாரத்தில் சர்கஸ் நடந்தபோது,

28

சித்தர்கள் சமாதியான இடம் கோயிலாகிறது. புதுச்சேரி சித்தர்களின் பூமி. இதற்கு வேதபுரி என்ற பெயரும் உண்டு. பௌர்ணமி நடுக்கடலில் பாய்மரம் போல இடம்பெயரும் சுருண்ட பாம்பின்மீது ஒருவன் பள்ளிகொண்டபடி இந்த ஊரைக் கடந்து செல்வதை மீனவர்கள் பார்த்ததாக வரலாற்றில் பதிவுகள் உண்டு. தெய்வங்கள் குடிகொண்ட இடம். வீதிகள்தோறும் கோயில்கள். காற்றில் எந்நேரமும் கற்பூர மணம். பிறந்த குழந்தை மீது ஈரம் காய்வதற்குள் தமிழ் வாசனைப் படிந்துவிடும். மண்ணின் மைந்தர்களை இனம் காண்பது சுலபம். அவர்கள் பிறக்கும்போதே கவிகளாகப் பிறந்து, நாளடைவில் தொழில் நிமித்தம் வேறொன்றாகத் திரிகிறார்கள். ழகரி தன் பத்தாவது வயதில் 'விருத்த விருந்து' என்ற தனது முதல் கவிதை நூலுக்குத் தாயானாள்.

ழகரி தன்னோடு இருப்பாள் என மாதவன் நம்பினான். அவளுடைய விருத்த விருந்தைப் படித்துப் புளகாகிதமடைந்தான். கம்பனிடம் தான் பெற்ற இன்பத்தைத் தன் இரண்டாம் மகளிடமும் பெற்றதாக, தேவகியிடம் சொன்னான். 'பத்து வயது ழகரிக்குள் பத்து நூற்றாண்டுகள் கடந்து நிற்கும் கம்பனின் அதே கவிமனம் கூடிவந்துள்ளது. தமிழில் பத்து நூற்றாண்டிற்கு ஒரு மகாகவி பிறப்பார். முதல் நூற்றாண்டில் அவ்வை, பத்தாம் நூற்றாண்டில் கம்பன், இருபதாம் நூற்றாண்டில் பாரதி, முப்பதாம் நூற்றாண்டில் ழகரி. ஆம், ழகரி முப்பதாம் நூற்றாண்டைச் சார்ந்தவள். காலம் தவறி முந்திப் பிறந்துவிட்டாள். திருக்குறள் வழிப் பிறந்தவள். அப்படிப் பிறந்தவர்களின் காலம் அநேர்க்கோட்டில் இயங்கும். இறந்தகாலம், நிகழ்காலம், எதிர்காலம் என்பவை ஒரே கணத்திற்குள் இயங்குபவை; அணுவுக்குள் இயங்கும் எலக்ட்ரான், நியூட்ரான், புரோட்டான் போல.' மாதவன் பேசுவதை தேவகி மருட்சியோடு கேட்டுக் கொண்டிருந்தாள். அவனுடைய வயதுக்கு மீறி நரைத்த தாடி மொட்டை மாடிக் காற்றில் முகத்தில் அலைபாய்ந்தது.

‘மேலும் சொல்கிறேன் கேள், உலகிலுள்ள தமிழர்கள் அனைவரும் ழகரத்தைச் சரியாக உச்சரிக்கும் காலத்தில் அவர்களுக்கென்று தனி நாடு பூமியில் தானே மலரும். அது அடுத்த ஆண்டில் மலரலாம், அடுத்த நூற்றாண்டிற்கும் தள்ளிப்போகலாம். தமிழர்கள் செய்யவேண்டியது, நாக்கை மடித்து ழகரத்தை உச்சரிக்க முயல்வதே. உனக்கு ஒரு மொழியியல் ரகசியத்தைச் சொல்கிறேன், உன் மாணவர்களிடம் அதைப் பரப்பு. ழகர உச்சரிப்பை மையமாகக்கொண்டு பிரெஞ்சு மொழி இயங்குகிறது. அதனால்தான் பிரெஞ்சு மொழி பேசுபவர்கள் பாலுறவு நாட்டம் மிகுந்தவர்களாக இருக்கின்றனர். அதேபோல் தமிழ் மொழியும் ழகரத்தை மையமாகக் கொண்டதே. அதனால்தான் திருக்குறள் பாலியலை ஓர் அறமாகப் போதிக்கிறது. ழகரத்தை ஒழுங்காக உச்சரிக்கும் ஆணும் பெண்ணும் உடலுறவில் செம்மையாகச் சிறந்து விளங்குவர். ழகரத்தைச் சரியாக உச்சரிக்கத் தெரியாதத் தமிழ்ப் பையனைக் கூடும் பெண் உச்சத்தைத் தொடுவது முயற்கொம்பாம்.’

கம்பனிலிருந்து வெளியேறிய பிறகு மாதவனின் போக்கில் சிற்சில மாற்றங்கள் தென்படுவதை, தேவகி கவனிக்காமல் இல்லை. இப்போதெல்லாம் மாலையில் கோயிலுக்குச் சென்று கம்பனைப் பாடுவதில்லை. மாறாக, கடற்கரைக்குப் போகிறான். பூமிதா ஊருக்கு வந்து அப்பாவுடன் ஒருவாரம் தங்கிவிட்டுச் சென்றாள். தினமும் மாலையில் கடற்கரைக்கு அவரை அழைத்துச் சென்றாள். ஒரு நாள் அவளுடைய கன்னட நண்பன் வந்தான். தேவகி, கொன்றை வேந்தன், ழகரி, அவள், அவன், அப்பா என எல்லோரும் கடற்காகம் உணவு விடுதிக்குச் சென்றனர். கடற்கரைச் சாலையும் வெள்ளை நகரமும் முடியுமிடத்தில் உள்ள மதுவகம். வெள்ளைக்காரர்களும் தமிழரல்லாதவரும் புழங்குமிடம். கரையிலிருந்து ஐநூறு மீட்டர் வரை உள் நிலத்தில் பரவிய பகுதியே வெள்ளை நகரம். பிரெஞ்சுக்காரர்களும் அரவிந்தர் மற்றும் அன்னை அல்பசாவின் முகமூடிகளை அணிந்த வட இந்தியர்களும் செரிவாக வாழும் பகுதி. பூகம்பம் வந்தால் இப்பகுதி மட்டும் எந்தவிதப் பாதிப்பிற்கும் ஆளாகாது. ஆழிப்பேரலை இப்பகுதியை மட்டும் நனைக்காமல் மற்றப் பகுதிகளை வாரிச் சுருட்டி நொருக்கும். அன்னையின் ஆவி வெள்ளை நகரப் பகுதியைக் காப்பதாக நம்பிக்கை. தேவகிக்கு அன்னையின் மீது ஆழ்ந்த பற்று. அரவிந்தருக்குச் சந்தை மதிப்புக் குறைந்துவிட்டது. பிராமணரல்லாத இந்தியருக்கு இது போதும். புதுச்சேரியில் கறுப்பு நகரத்தில் தெருவுக்குத்தெரு விதம்விதமான மாரியம்மன்

29

இருக்கையைவிட்டு எழுந்துவந்த மூகரி மாதவனின் தோள்களில் சாய்ந்து நின்று நிலவொளியில் நீந்திச் சுடரும் வெண்தாடியை ஆசையாகக் கோதிவிட்டாள். ‘அப்பா, கடலில் மூழ்குபவர்கள் தொலைந்துபோவார்கள், ஆனால் சாகமாட்டார்கள் என்று ஒருநாள் தனியாக யாரிடமோ சொல்லிக் கொண்டிருந்தாய். அப்படியானால் கடலில் பேரலையில் மூழ்கிய கவிஞன் மீண்டும் வருவானா?’

மாதவன் கடலிலிருந்து பார்வையை விலக்கி மகளின் பரந்த முகத்தில் குவித்தான். “ஆம், அது அப்படித்தான். கடலில் மூழ்கியவர் சாவதில்லை. ஆழிப் பேரலையில் மூழ்கிய அக்கவிஞன் ஒரே கல்லூரியில் என்னுடன் படித்தவன். பாதியிலேயே படிப்பை நிறுத்திவிட்டு, பிரான்சுக்குச் சென்றுவிட்டான். திரும்பி வந்தபோது வெள்ளைக்கார மனைவியும் கலப்பின மகளும் உடனிருந்தனர். அவன் பெயர் அன்த்துவான் சபாபதி. முன் ஜென்ம ஞாபகங்களோடு பிறந்தவன். பாரதிதாசன் செத்தபிறகு அதே ஆண்டில் தான் பிறந்ததால் தன்னை பாவேந்தரின் மறுபிறவி எனச் சொல்லிக்கொண்டு திரிந்தான். கல்லூரியில் எங்களுடைய கேலிக்கும் கிண்டலுக்கும் ஆளாகி, ஒருநாள் யாரிடமும் சொல்லாமல் பிரான்சிற்குச் சென்றுவிட்டான். அவன் பிரெஞ்சு இலக்கியம் படித்தவன். என்னுடன் தமிழிலக்கியம் படித்த தாமரை என்ற பெண்ணுடன் அவனுக்குக் காதல் இருந்தது. அவளை உன் அம்மாவுக்கும் தெரியும். முட்டாள், தற்கொலை செய்துகொண்டாள்.”

‘அப்பா, உன் அம்மாவும் இதே கடலில் விழுந்துதான் தற்கொலை செய்து கொண்டாராமே?’

“சாகவில்லை. இக்கடலில் மூழ்கித் தொலைந்துவிட்டார். என்றேனும் திரும்பி வரலாம். உடல் கிடைக்காதவரை யாருடைய மரணத்தையும் உறுதிப்படுத்த முடியாது. இந்தக் கவிஞன் இதே மதுவகத்திலிருந்து பேரலையில் குதித்ததைப் பலர்

பார்த்திருக்கிறார்கள். ஆனால் அவன் பிரான்சில் இருப்பதாகவும் சொல்கிறார்கள். அலையில் மூழ்கியதைப் பார்த்தவர்களுக்கு அவன் செத்துவிட்டான். பார்க்காதவர்களுக்கு அவன் சாகாமலிருக்கிறான்."

'அப்பா ஆழிப்பேரலையில் பல்லாயிரம்பேர் செத்தார்களே.'

"அலையால் ஒதுக்கப்பட்டவரே செத்தவர்கள். கடலுக்குள் அமிழ்ந்து மறைந்தவர்களை நாம் எப்படிப் பொருள் கொள்வது? செத்தவர்களின் கணக்கு நம்மிடமுண்டு. மூழ்கித் தொலைந்தவர்கள் கணக்கில் வரமாட்டார்கள். கணக்கில் வராதவர் இன்மைக்கும் இருப்புக்கும் அப்பால் அலைவுறுகிறார்கள். அந்தக் கவிஞன் கடலுக்குள் இருக்கிறான். சில பொழுது வெளியில் வந்து ரோமன் ரொலான் நூலகத்திற்குச் சென்று செய்தித்தாள்களை வாசித்துவிட்டு மீண்டும் கடலுக்குள் இறங்கி மறைந்து விடுவதாக அவனுடைய மகள் உள்ளூர்த் தொலைக்காட்சி நிகழ்ச்சி ஒன்றில் தெரிவித்திருக்கிறாள்."

'அப்பா, முப்பதாம் நூற்றாண்டுக் கவி என்று என்னைச் சொல்கிறாயே. அதைப் பற்றி உன்னிடம் பேசவேண்டுமென்றிருந்தேன், விளக்கமாகச் சொல்லேன்.'

"மகளே மனிதரால் படைக்கப்படுபவைக்குக் காலம் இல்லை. கவிதை முதலாம் கலைகளுக்குக் காலம் இல்லை. கடவுளால் செய்யப்பட்ட மனிதர், மரம் செடி கொடி, புலி பூனை புழு இவற்றிற்கு மட்டுமே காலம் உண்டு. காலம் உள்ளவை செத்துப்போகும். மரணமற்றவை காலம் அற்றவை."

'அப்பா நீ ஒரு தமிழ்ப் பேராசிரியர். ஆனால் கதை, கவிதை என்று எதுவும் எழுதியதாகத் தெரியவில்லை.'

"கவிதை எழுதும் பேராசிரியர்களைத் தேடிப் பிடித்துக் கொல்வதற்கென்று ஒரு தலைமறைவு இயக்கத்தை நான் தொடங்கியிருக்கிறேன்."

'என்னுடைய விருத்த விருந்து உனக்கு மருந்து ஆனதாக அம்மா அடிக்கடி சொல்கிறார். அது என் தமிழாசிரியரின் தூண்டுதலால் எழுதப்பட்டது. அதைப் பற்றி சொல்லு.'

"கூட்டிக் கழித்துப் பார்த்தால் வரலாற்றில் வாழ்ந்த தமிழர்களின் எண்ணிக்கையைவிட விருத்தங்களால் இனவிருத்தியடைந்த பாவலர்களின் எண்ணிக்கை அதிகம். புதுச்சேரியில் அரசு மகப்பேறு மருத்துவமனையில் குழந்தை பிறக்காத நாட்கள் உண்டு. ஆனால் கவிஞன் பிறக்காத நாளில்லை."

நீ, நான், கொன்றை, பூமி, மகரி என இவ்வைவ்வரின் வாழ்க்கையும் தமிழ்த்தனமானதுதானா? சொல் தேவகி'.

"பனி அடர்ந்துவிட்டது. வா, வீட்டுக்குள் போகலாம். தமிழ்த்தன்மை என்று எதுவும் இல்லை. முப்பெரும் பெண் கவிகளைப் பட்டியலிட்டாயே, அவர்களில் அவ்வையைத் தவிர மற்ற இருவரிடமும் நீ தமிழ்த்தன்மை என்று எதைச் சொல்ல வருகிறாயோ அது இல்லை. அகப்புற நானூறு தவிர்த்த வேறு பனுவல்களில் தூய தமிழ்த்தன்மை இல்லை. ஒவ்வொரு தன்னிலையும் தனித்தன்மையோடு இயங்கும்போது பொதுத்தன்மை என்பது சாத்தியமா? இன்னொரு தளத்தில் கூட்டு மனம், தொகை அறிவு என்று பேசும்போது தனியடையாளம் என்ற ஒன்றை எப்படிப் பிரித்தெடுப்பது?"

தேவகி பேசிக்கொண்டே படியிறங்கினாள். தூங்காமல் விடியவிடியப் பேசிக்கொண்டிருப்பதில் மாதவன் சோர்வை அறியாதவன். பேய் போல விழித்துக்கொண்டிருப்பதை இயல்பாகக் கொண்டவனுக்கு, உடன் தேவகி பேசிக்கொண்டிருந்தால், நடு இரவு தங்களைக் கடந்துகொண்டிருப்பதைக் கண்டும்காணாத உற்சாகத்தில் படியிறங்கினான்.

"பூமிதாவை நீ இன்னும் குழந்தையாகவே நடத்துகிறாய். அவளுக்கு இந்தியாவில் வாழ விருப்பமில்லை. உனக்காகத்தான் அவள் இடம் பெயராமல் இருக்கிறாள். நீ காவிவேட்டி கட்டிக்கொண்டு தாடியும் சடையுமாக இருப்பதை அவள் சிறிதும் விரும்பவில்லை. உன்னிடம் அவளுக்குப் பாசமில்லை, பரிதாபம்தான் இருக்கிறது. தாயில்லாமல் வளர்ந்தவள். அவளுக்கு நீ முலை மட்டும்தான் ஊட்டவில்லை. ஒரு தாயாகி நின்று வளர்த்தாய். அது அவளுக்கும் தெரியும். அதனால்தான் உன்னைவிட்டுப் பிரிந்து வெளிநாடு செல்ல அவளுக்கு மனமில்லை. இந்தியாவிலேயே எட்டியிருக்கிறாள்.

மாதவா, அவளிடம் நான் பேசினேன். என்னிடம் எதையும் மறைக்காமல் பேசினாள். உனது மனம் தெளிந்து வருவதை அவள் விரும்பவில்லை. மனச் சிதைவு உனது மரணத்தை விரைவுபடுத்தும் என நினைத்தாளாம். நீ இயல்பு நிலைக்குத் திரும்புவதைச் சங்கடமாக உணர்கிறாள். உனது மரணம் அவளை விடுதலை செய்யும். உன் அம்மாவின் மிருகக் குணத்தை அவளிடம் கண்டேன். பெண்களிடம் நம் சமூகம் கடவுளையும் கவிதையையும் மட்டுமே எதிர்பார்க்கிறது. கோவலன் கொலையுண்டதும் கண்ணகி பேயாகத் திரிந்த கதையை நாம் பேசுவதில்லை. அவளைப் பத்தினித் தெய்வமாக்கிவிட்டோம். உண்மையில் அவள் பத்தினிப் பேய்.

பெண்மை என்பது பேய்மை. உன் மகளிடம் அப்பேய்மையைத் தரிசித்தேன். அவள் உன்னைவிட்டு விலகியிருப்பதே நல்லது. உன்னுடனிருந்தால் அவள் பேயாகிவிடுவாள். உனது சாவை மனதாரக் கொண்டாடுபவளை வேறு எப்படிப் புரிந்துகொள்வது? பெண் பேயாவது, நீ விழையும் தமிழ்த் தன்மையானது. பூமிதாவைத் தமிழ் மரபுக்குள் வகைப்படுத்தினால் அவள் நீலி."

குளித்துவிட்டு தலையைத் துவட்டியபடி வெளிவந்த கொன்றை வேந்தன், 'விடிந்துவிட்டது இன்னும் பேச்சு முடியவில்லையா?' என்று கேட்டபடி தனது அறைக்குள் நுழைந்தான். தேவகி கைகளை உயர்த்திச் சோம்பல் முறிக்க, மாதவன் இருக்கையைவிட்டு எழுந்து நின்றான்.

32

"தனித்திருப்பதில் எல்லாம் அடங்கியிருக்கிறது. பெண்ணுடன் வகிபாகமாகி நிற்கும் ஆண்நிலை எனக்குச் சாத்தியமாகவில்லை. ஒற்றை மனிதனாய் இருக்கிறேன். கண்ணாடியில் முகம் பார்த்து நாளாகிவிட்டது. என் முகம் எனக்கு மறந்துவிட்டது. பூமிதாவின் சாயலில் நானிருப்பதாக நினைக்கிறேன். பூமியிலிருந்து வந்த மகள். இன்று அவளுக்கு நான் தேவையற்றவனாகிவிட்டேன். என் சாவை எதிர்பார்க்கிறாள். எனக்கான மரணம் எனக்குள்ளேயே இருக்கிறது. நான் இருப்பது யார் கண்ணுக்கும் தெரியக்கூடாது. பிள்ளையார் என்னுடன் பேசுகிறார். வீட்டிற்குள் ஒரு சுண்டெலி அங்குமிங்கும் ஓடுகிறது. உணவு மேசைமீது அகன்ற கிண்ணத்தில் அதற்காக வேர்க்கடலை வைத்திருக்கிறேன். ஓர் எலியும் யானை ரூப தெய்வமும் உடனுறைகின்றன. தெய்வத்துடன் வாழ்பவனுக்கு வேறென்ன வேண்டும்? பசிக்கும்போது சோறு. படிப்பதற்குக் கம்பன். மனம் சோர்ந்து நிற்கும்போது நடந்து போகும் கால்கள் அறிந்த இடம் கடல். பார்க்கப் பார்க்க அலுக்காத அலைகளாலான பேரிருப்பு; தனித்துவிடப் பட்டவரை வா வாவென்று அழைக்கும். மனிதர் தற்கொலை செய்து கொள்ள, பூமியில் கடவுள் ஒதுக்கிய இடம், நிலத்தைவிட மும்மடங்குப் பெரியது. சிறு வயதிலிருந்தே கடலின் மீதான எனது ஈர்ப்பு மரணம் சார்ந்ததாகவே இருக்கிறது. படிதாண்டாப் பெண்டிர் தூக்குக் கயிறைத் தேடுவதும் படிதாண்டிய பத்தினிமார்கள் கடலை நாடுவதும் உலக வழக்கு. என் தாய் கடலைத் தேடி நடந்தாள். அவள் தன்னைத் தேடி வருகிறாள் என்பதை அறிந்த கடல் உள்வாங்கியது. ஏனென்றால் கடலில் மூழ்கியவர் சாவதில்லை; மாறாகத் தொலைந்து போவார்கள். அவள் தன்னில் தொலைந்து போவதைக் கடல் விரும்பவில்லை. அவளை ஏற்பதில் கடல் தயக்கம் காட்டியது. அதனால்தான் அவள் புதுச்சேரியிலிருந்து மரக்காணம்வரை நடந்து தனக்கான கடல் புள்ளியைத் தெரிவு செய்தாள். நான் ஆசையோடு வளர்த்த பூனையை அம்மா கொன்றாள். அம்மிக்

குழவியைத் தூக்கிவந்து தூங்கிக்கொண்டிருந்த அதன் தலையில் போட்டாள். அதே கணம் பூனையின் உயிர் அடங்கிவிட்டது. ஆனால், அம்மிக் குழவி நீண்ட நேரம் துள்ளிக் குதித்துப் புரண்டு துடிதுடித்து அடங்கியது. அது மாலை நேரம். நான் பள்ளிவிட்டு வருவதற்குள் பூனையை அப்பா புதைத்துவிட்டார். அழுதேன். இரவு முழுதும் அழுதேன். தோட்டத்தில் பூவரச மரத்தடியில் அக்கா இரவு முழுதும் மழையில் நனைந்து இறந்த இடத்தில் பூனையைப் புதைத்திருந்தார். அப்பா பூனையைப் புதைத்த இடத்தில், வீடுகட்டக் கடைக்கால் தோண்டியபோது கிடைத்தப் பானைக்குள் பூமிதா இருந்தாள். அந்தப் பூவரசனை வெட்டும்போது மரத்தில் குருதி வழிந்தது. தேவகி, வாழ்வதற்கு அலுப்பாக இருக்கிறது. பிறந்ததிலிருந்து இந்த ஊரைவிட்டுத் தூரமாக வேறெங்கும் நான் சென்றதில்லை. பயம். யாருமற்ற ஊரில் நான் மட்டும் இருப்பது போன்ற பயம். அநாதைத்தனம் தரும் பயம். பாம்பு, பேய், பள்ளி ஆசிரியர், போலிஸ்காரர், பணக்காரர்; எதைப் பார்த்தாலும் யாரைப் பார்த்தாலும் பயம். தொல் அச்சம். ஒரு கட்டத்தில் அம்மாவைப் பார்த்து பயந்தேன். கதைகளிலும் சினிமாக்களிலும் சித்திரிக்கப்படும் அம்மாக்களின் முகத்திரையைக் கிழித்தால் நம் அம்மாக்களின் எதார்த்த முகம் வெளிப்படும். அம்மா என்ற புனித பிம்பத்தைப் போலக் கொடூரமான வேறொன்றை நாம் இன்னும் உருவாக்கவில்லை. அம்மாவை என்னால் சுமக்க முடியாது. அது கற்பனை அல்ல; போலி. உலகின் எல்லா ஒழுங்கீனங்களுக்கும் வன்முறைகளுக்கும் அதுவே காரணம். அம்மா இல்லாமல் தோன்றிய என் மகளுக்கு அப்பா என்ற படிமம் தொந்தரவாக இருக்கிறது. அப்பாக்களின் பாசிசப் பண்புகளைப் பற்றி மகள்களிடம் கேட்டால் தெரியும். அப்பா விளிம்பு. அம்மா மையம். குடும்பம் ஒரு வட்டம். வட்டத்திற்கு வெளியே யாருமில்லை. மையம் விளிம்புவரை விரிவதும் விளிம்பு மையத்தில் குவிவதுமே வாழ்க்கை. அது ஒரு கதை. மனிதரைக் கதை உயிரி என்று சொல். தேவகி, நான் ஓர் உயிருள்ள கதை. என் அப்பா ஒரு பிரதி. அப்பிரதி தந்த அலுப்பால் அதை உயிரோடு கொளுத்தியவன் நான். அம்மா என்ற பிரதி புனல் வாதத்திலும் அப்பா என்ற பிரதி அனல் வாதத்திலும் அழிந்தன. என்னை நான் எழுதிக்கொண்டிருக்கிறேன். எழுதும்போதே வாசிக்கிறேன். கடைசிச் சொல்லை எழுதவும் என் உயிர் பிரியவும் அதாவது நான் என்னை வாசித்து முடிக்கவும் மிகச் சரியாக இருக்கும். தேவகி, என்னைத் தொகுத்து ஒரு நாவலாக்கிவிடு."

மாதவனின் எதிரில் அமர்ந்து அவன் பேசுவதைக் கேட்டுக்கொண்டிருந்தது கொன்றை வேந்தன். ஆனால், தான் தேவகியிடம் பேசுவதாக நினைத்து அவள் கணவனிடம் பேசிக்கொண்டிருப்பதை மாதவன் உணரவேயில்லை. தொலைபேசி மணி ஒலித்தது. கொன்றைவேந்தன் ஆசுவாசத்தோடு எழுந்து சென்றான்.

33

மாதவன் கடற்கரையில் நடந்துகொண்டிருந்தான். மனம் உற்சாகமாக இருந்தது. உச்சிவெயில். உலோகச் சிலையாக நின்ற காந்தி மெழுகாக இளகி உருவம் குலைந்திருந்தார். யாருமற்ற சிமெண்ட் சாலை. ஓரமாக வண்டிகளை நிறுத்திவிட்டு ஐஸ் விற்பவர்கள் சாம்பல் நிறக் கட்டடங்களின் நிழலில் ஒதுங்கி நின்றிருந்தனர். கோடைப் பகல். தூரத்தில் சிமெண்ட் தரையில் கானல் ஓடியது. கால்களில் செருப்பில்லாமல் நடந்து கொண்டிருந்தான். பாதங்களில் சூடேறி உச்சந்தலை கொதித்தது. உப்புக் காற்று அனலாக வீசியது. முகத்தில் பிசுபிசுப்பாக உப்புக் கரைந்து ஒட்டியது. ஐஸ் வண்டி அருகில் சென்று நின்றான். ஐஸ்காரர் எங்கிருந்தோ வந்தார். பீட்ரூட் நிறத்தில் ஒரு குச்சி ஐஸ் வாங்கிக் கடித்தான். வாய் வழியே வயிற்றுக்குள் குளிர்ச்சி படர்வதை உணர்ந்து சிலிர்த்தான். உச்சி மண்டையில் ஆவி பறந்தது. கண்களில் பளிச்சென்று காட்சி துலங்கியது. நீல நீர் வெளியைப் பார்த்தான். பார்த்தபடி தனக்குத்தானே வாய்விட்டுப் பேசினான்:

ஒரு துண்டு ஐஸ் கட்டி உடம்புக்குள் புகுந்து மாயம் செய்யும்போது, ஓர் உடம்புக்குள் எதிர்ப் பால் உடம்பு புகும்போது நேரும் மாயத்தை விளக்க முடியாது; அதை அனுபவிக்கத்தான் முடியும். காமத்தை வென்றவன் நான் எனக் கொன்றையும் தேவகியும் நம்புகிறார்கள். நான் அவர்களின் நம்பிக்கைக்குப் பாத்திரமாக நடிக்கிறேன். காமத்தை வென்றவன் என்ற சொற்றொடரே பிழையானது, பொய்யானது, போலியானது. நான் நடிக்கிறேன். வெயில் உறைப்பதுபோல் காமம். காமம் பொய்த்த மனம் பைத்தியமாகும். கொன்றையை மூச்சுக்கு முந்நூறு முறை தேவகி என விளித்து உறையாடுவதில் கொன்றை அடையும் அசௌகர்யம் என்னை நெளியவைக்கிறது. கொன்றை இருக்க, தேவகியைத் தழுவுவது அறமாகாது. அவன் என் நண்பன். எனது மாணவப் பருவக் காதலியின் கணவன். மூகரி என்ற எனது இரண்டாவது மகளின் தந்தை.

மாதவனின் தாடியில் வழிந்த ஐஸ் பிசுபிசுத்தது. குனிந்து காவி வேட்டியைத் தொடைக்கு மேலே வழித்துத் துடைத்தான். அவனுக்கு அழவேண்டும் போல இருந்தது. கரையில் கொட்டப்பட்டிருந்த பாறைகளின் மீதேறிக் கீழிறங்கிக் கடலில் பாதங்களை நனைத்தான். சில்லிட்ட பாதங்களின் வழியே மேலேறிய அழுகை பீரிட்டு வெடித்தது. அவன் அழுதுகொண்டே நீரின் ஆழத்துக்குள் இறங்கினான். உடம்பிலிருந்து வெப்பம் வெளியேறி நீருடன் கலந்தது. கண்ணீருடன் காமம் வெளியேறியது.

மாதவன் புதுச்சேரியைவிட்டு வெளியே சென்றதில்லை. நாள்தோறும் கடலைப் பார்க்காமல் அவனால் இருக்கமுடியாது. சிறுவயதிலிருந்து வந்த பழக்கம். அந்நாளில் காலைக்கடனை முடிக்கக் கடலுக்குத்தான் செல்ல வேண்டும். நவகாலனியமும் ஐய்ரோப்பிய ஏகாதிபத்தியமும் தொழிற் புரட்சியும் அதைத் தொடர்ந்த மூலதனமும் மார்க்சியமும் இன்னபிற தத்துவ அரசியல் மார்க்கங்களும் கடலால் ஆனவை. நீரின்றி அமையாது உலகு. நதிக்கரையில் உள்நாட்டு நாகரிகம் தோன்றினாலும் அகிலம் என்கிற கோட்பாடு கடலால் ஆனது. மனிதரும் ஒருவிதத்தில் கடல் வாழ் உயிரினம்தான். இந்த ஊர் கடலால் ஆனது. மாதவனும் கடலால் ஆனவன். நீலவண்ணன். கடல் பற்றிய யோசனையின் குறுக்காக ரயில், நிலையத்தைவிட்டுச் சத்தமின்றி வெளியேறவும், வெளியிலிருந்து ஒரு சரக்கு ரயில் நிலையத்திற்குள் நுழையவும் கணம் பிசகாமல் நிகழ்ந்தது. ரயில் பாதைகளாலான இந்திய நரம்பு மண்டலம் புதிதாகப் புடைத்தது. இருப்புப் பாதையில் நகரும் பொதுவெளியில் வர்ணப் படிநிலை தகரும் என கார்ல் மார்க்ஸ் நம்பினார். ரயிலின் வழியே நிகழ்ந்த காந்தியின் இந்திய தரிசனம். ரயில் ஒரு வெள்ளைக் காலனிய மிருகம். கடல் உறங்காத இந்த ஊரில் நின்று ரயில் உறங்கும். இதில் ஏறி இங்கிருந்து தொலைந்துவிடலாமா என்ற யோசனை இந்தப் பக்கம் வரும்போதெல்லாம் மாதவனுக்குத் தோன்றும். கடற்கரைச் சாலையிலேயே நடந்து வந்தால், ஆளரவமற்ற ரயில் நிலையம், சாலையோரம் மகாபோதையில் மயங்கிக் கிடக்கும் வெளியூர்க்காரனைப் போல அந்நியமாகத் தென்படும். புதுச்சேரி மக்களுக்கும் ரயிலுக்கும் யாதொரு உறவுமில்லை. இந்த ஊருக்கு ரயில் எங்கிருந்தோ வருகிறது. யாருக்காக வருகிறது? அநாதை மனத்தில் பிரிவின் குறியீடாக மாறிப்போனது. தொலைந்து போவதற்கான வாகனமாகவே ரயில் என்கிற படிமம் ஆழ்மனத்தில் பதிந்துவிட்டது. மாதவன் தன்னிலிருந்து தான் தொலைந்து போவதற்கான ஊடகமாகக் கனவை நாடினான். கனவு அவனை

இடப்பெயர்ச்சி செய்தது. கனவு வழியே பூமியில் எந்தவோர் இடத்திற்கும் அவனால் செல்ல முடிந்தது. கனவு வழியே ஞானத்தை அடைந்தான். பாற்கடலைக் கடைந்தான், போகத்தை மடை திறந்தான், செல்வத்தை வாரி இறைத்தான். கைலாயம் சென்று சடையனுக்கு முடிதிருத்தினான். இலங்கையில் கால் நீட்டி இமயத்தில் தலை சாய்த்தான். வெள்ளை மாளிகையின் சுற்றுச்சுவரில் கரியால் ஆபாச வார்த்தைகளை எழுதினான். லூவ்ர் அருங்காட்சியகத்தில் மோனலிசாவின் மேலுதட்டில் மீசை வரைந்தான். நைல் நதியில் நீந்தினான், கஸாபிளங்காவில் ஒருத்தியிடம் பேரம் பேசினான், ஆஸ்திரேலிய அபாரிஜின் ஒருத்தியுடன் கஞ்சா புகைத்தான், தென்னாப்ரிக்காவில் மண்டேலாவின் ரத்தவுறவுகளுடன் தேநீர் அருந்தினான். வரலாறு செய்த மனிதர்களைச் சந்தித்தான். ‘செத்துப்போன சிலரை அவர் உயிரோடு மீண்டும் எதிர்கொண்டார் என்பதை நம்ப முடியவில்லை என்றபோதும் அவர் சொல்வதால் அதை நம்பாமலும் இருக்க முடியவில்லை’ என்று மூகரி தன் தோழிகளிடம் சொன்னாள். கடவுளைத் தொட்ட அப்பாவால் இன்னும் தன் மரணத்தைத் தொட முடியவில்லை என்ற குறையையும் குறிப்பிட்டாள்.

34

ஆளில்லாத பகல் வேளை ரயில் நிலையம். இரும்பின் முரட்டு வாடை. வெயிலில் காயும் மனித மலத்தின் வற்றல். குழாயைத் திறந்து தண்ணீரைக் கைகளால் ஏந்தி முகத்தில் அடித்துக்கொண்டான். கண்கள் குளிர்ந்தன. வேட்டியை இடுப்பிலிருந்து நெகிழ்த்தித் தாடி மீசையைத் துவட்டினான். தீக்கொன்றை செறிந்த நிழலில் சிமெண்ட் பெஞ்சில் அமர்ந்தான். இனி வீட்டுக்கு நடந்துபோக முடியாது, ஆட்டோவில் திரும்ப வேண்டியதுதான். முனகியபடியே கால்களை நீட்டிப் படுத்தான். போகும்போது எலிக்கு அரை கிலோ காய்ந்த வேர்க்கடலை வாங்க வேண்டும். நினைவில் குறித்துக்கொண்டான்.

வீட்டில் சுண்டெலி தனக்கு ஒரு துணையை வெளியிலிருந்து அழைத்து வந்து குடித்தனம் நடத்தியது. வேர்க்கடலையும் கோதுமை ரொட்டியும் அவற்றின் வழக்கமான உணவாயின. பிள்ளையார் சதுர்த்தியன்று வீட்டிலிருந்து சுண்டல், கொழுக்கட்டை கொண்டுவந்து ழகரி கொடுத்தாள். எலிகளின் நடமாட்டம் வீட்டிற்கு உயிர்ப்பைத் தந்தது. எலிகள் பெருத்து விட்டதாக தேவகி குறைப்பட்டுக் கொண்டாள். ‘எலிகளை உணவிட்டு வளர்க்கும் ஓர் ஆள் நீயாகத்தான் இருப்பாய். பகலிலேயே கால்சந்தில் புகுந்து ஓடுகிறது. உனது வீட்டுக்கு வருவதற்குப் பயமாக இருக்கிறது. இவற்றை ஒழிக்கமாட்டாயா நீ?’ எனப் பலமுறை கடிந்து கேட்டுவிட்டாள். “இவையேனும் கடைசிவரை என்னுடன் இருக்கட்டும். நான் செத்தபிறகு எனது பிணத்தைத் தின்று என்னை இல்லாமலாக்கட்டும். இந்த வீடு எலிகளின் இருப்பிடமாகட்டும். எலி சோதிடம் பார்த்துத் தனது வாழ்க்கையை நெறிப்படுத்திக் கொண்டவர்கள் ஏராளம். ஒரு சமூக மனிதரின் இருப்பை இயக்கும் வல்லமை படைத்த எலியிடம் என்னை ஒப்படைப்பதில் நான் கூச்சப்படவில்லை. மழை காணாது பொய்த்த வயல் காட்டில் வலைக்குள் புகைபோட்டுப் பொந்துக்குள் கைவிட்டுத் துழாவிப் பிடித்த எலிகளுக்குத் தெரியும் பசியின் வன்முறை. எலியையும் யானையையும் அடுத்தடுத்து வைத்து அழகு பார்க்கும் இந்து

மதம். எலியை அப்புறப்படுத்தினால் வீட்டிலிருந்து தெய்வம் வெளியேறிவிடும். தெய்வம் அடையாத வீட்டில் பேயடையும். ஏற்கெனவே பேயடைந்துவிட்ட எனது வாழ்க்கையில் இந்த எலிகளாவது மிச்சமிருக்கட்டும்."

தன் அக்காவின் எலும்புத் துண்டை ஏறக்குறைய ஐம்பதாண்டுகளாகப் பத்திரப்படுத்திவரும் மாதவனின் மிகை எதார்த்த இயல்பைப் புரிந்துகொள்ள முடியாமல் தவிக்கும் தன் மனைவியை, கொன்றை வேந்தன் பொருட்படுத்துவதில்லை. பூமிதாவே தன் தந்தையை விட்டு விலகித் தனக்கான பாதையில் செல்லும்போது தேவகி ஏன் அவனைச் சுமந்துகொண்டு திரிகிறாள் என்ற கேள்வி கொன்றையைக் குடையும் நாட்களில், தன் இயல்பை விட்டுவிலகி மது அருந்துவான். அந்தச் சமயங்களில் அம்மாவுக்கும் அப்பாவுக்கும் இடையே எழும் செம்புகையானது வீடெல்லாம் நிறைந்து ழகரிக்கு மூச்சுத் திணறலை உண்டாகும்.

'மாதவன் அப்பாவை முன்வைத்து உங்களுக்குள் சண்டையிட்டால் நான் அவருடனேயே தங்கிவிடுவேன்'. ழகரி நேற்று காட்டமாகக் கத்திவிட்டாள். கொன்றை கலங்கிவிட்டான். அடுத்து வந்த இரண்டு நாட்கள் மாதவனுடன் தங்கிவிட்ட ழகரி, கனவில் தனது கவிதைகளுக்கான விளைநிலத்தைக் கண்டடைந்தாள். தன்னைச் சுற்றி மேயும் எலிகளுடன் அரைத் தூக்கத்தில் பேசினாள். எலிகளுடன் சேர்ந்து, அரையடி உயரமும் முக்காலடி நீளமும் கொண்ட பத்துப் பன்றிக்குட்டிகள் தும்பிக்கைகளோடு விளையாடுவதை ழகரி கண்டாள். பிள்ளையார் பிள்ளைத்தமிழ் எழுதும் எண்ணம் மண்டைக்குள் சுரப்பெடுத்தது.

பூமிதா பெங்களூரிலிருந்து புதுச்சேரிக்கு வந்து தன் தந்தையிடம் சண்டை பிடித்தாள்; 'ழகரியை உன்னைப் போலாக்கிவிடாதே அப்பா. நீ கோயில் குளமென்று எங்கேனும் போய் வா. புதுச்சேரியைத் தாண்டிப் போ. புதிய சித்தனாகப் பெயரெடுக்க ஆசைப்படாதே. அம்மா உன்னை எலிச்சித்தர் எனக் கிண்டல் செய்கிறாள். ழகரியை அவளிடம் அனுப்பிவிடு. படிக்கும் பிள்ளையைக் கெடுத்துவிடாதே. பிள்ளையார் பிள்ளைத்தமிழ் என்று பக்தி இலக்கியம் எழுதும் வயதா அவளுக்கு ஆகிவிட்டது? தமிழ் இலக்கிய வட்டம் என்பது மனநோயாளர்களின் பாசறை என்று நீயே என்னிடம் சொல்லியிருக்கிறாய். கல்லூரிகளிலும் பல்கலைக் கழகங்களிலும் தமிழ் இலக்கியம் பயிற்றுவிக்கிறோம் என்று பைத்தியங்களை உருவாக்கிக் கொண்டிருக்கிறார்கள். அங்கு ஆளானவர்தானே நீ. உன் மேற்பார்வையில் வளரும் ழகரி வேறு எப்படி ஆளாவாள்? வீடு எலிப் பண்ணையாகிவிட்டது.

இனி என்னை அழைக்காதே. நீ செத்தால் அது எனக்கொரு செய்தி, அவ்வளவுதான். வெளிச்சத்திற்கு வா அப்பா. உன் அம்மாவைப் பற்றி யோசி. அவரைப் பற்றி வெளிப்படையாக எழுது. எலிச்சித்தரின் படைப்புலகம் உன் அம்மாவை முன்வைத்துத் தொடங்கட்டும்.'

தன் பேச்சைத் தானே ரசித்துச் சிரித்துவிட்டாள். அப்பாவைப் பரிதாபத்துடன் பூமிதா பார்த்துக்கொண்டிருந்தாள். தலையைக் கவிழ்த்தபடி மாதவன் இருக்கையில் அமர்ந்திருந்தான். தன் மகள் தன்னைப் பற்றி ஏதோ பேசுகிறாள் என்பதை உணர்ந்த அவனால் என்ன பேசுகிறாள் என்பதைத் தொகுத்துப் பொருளுணர இயலவில்லை.

ஆனால், அவனால் அமைதியாக ஒன்றைச் சொல்ல முடிந்தது. "பூமிதா, தன்னை அறிந்திலான் யாருக்கும் பொறுப்பாகமாட்டான். முதல் நாள் கடவுளின் இருப்பை அங்கீகரிப்பவன் மறுநாள் அதை மறுப்பவனாகிறேன். என் முகத்தைக் கண்ணாடியில் பார்த்துப் பல்லாண்டுகள் கடந்துவிட்டன. உன்னை நான் மறந்துவிட்டேன். நீயே என்முன் அடிக்கடி தோன்றி உன்னை உயிர்ப்பிக்கிறாய். நான் யாருடன் இருப்பதையும் விரும்புவதில்லை. கடவுள் என்னுடன் இருப்பதை அசௌகரியமாக உணர்கிறேன். இந்த வீட்டைவிட்டோ அல்லது ஊரைவிட்டோ நான் வெளியேறி நிற்கும்போது இந்தப் பூமி என்னுடன் முழுமையாக இருக்கும். அந்த முழுமையை என்னால் தாங்கமுடியாது. நான் மட்டுமில்லை, இந்தப் பூமியும் மூலியாக இருந்தால்தான் என்னால் இயங்க முடியும். தன்னிறைவு கொண்ட மனம் மரணத்தில் மட்டுமே சாத்தியமாகக்கூடும். அமாவாசையும் வேண்டாம், பௌர்ணமியும் வேண்டாம், வளரும் தேயும் நிலையிலேயே என்னை நிறுத்திவைக்க விழைகிறேன்".

'நான் உனது மரணத்தை எதிர்பார்த்திருக்கிறேன். வலிகளிலெல்லாம் தலையாய வலி இதுதான். அப்பா, என் பிறப்பிற்குத் தாய் இல்லை. நீ மட்டுமே தாயுமாகி நின்றாய். ஆணும் பெண்ணும் கலந்தவளல்லள் நான். ஆணால் மட்டுமே ஆன பெண். தனித்த ஆணின் பரிமாணமற்ற தட்டையான உடம்பால் ஆனவள். ஒரு பானையைக் காட்டி இதற்குள்ளிருந்து வந்ததாய் என்னை நிறுத்தினாய். என் அம்மா எங்கே என்று கேட்டேன். தற்கொலை செய்துகொண்ட உனது கல்லூரித் தோழியைக் காட்டினாய். தாமரை. கம்யூனிஸ்ட். அரசியல் தெளிவுடைய அவளைப் போன்ற பெண்ணை அந்த வயதில் காண்பது அபூர்வம் என்றாய். தற்கொலையில் என்ன அரசியல்

தெளிவு இருக்கிறது? நான் இந்த பூமியில் தோன்றுவதற்கு முன்பே இறந்துவிட்ட ஒருத்தியை எனக்கான அம்மா என்றாய். இன்றுவரை எனக்கு உன்னைப் புரியவில்லை. அம்மா என்ற ஒருத்தி எனக்கு இருந்திருந்தால் உன்னைச் சாவுவரைக் கொண்டுபோய் நிறுத்திப் பேசும் அவல நிலைக்கு நான் ஆளாகியிருக்கமாட்டேன். அப்பா, அழாதே. வாழ்க்கையில் இதுநாள்வரை பெண் துணை உனக்கு அமையவில்லை. அரசுக் கல்லூரியில் பணியில் அமர்ந்ததும் நீ உனது சாதியில் ஒரு பெண்ணைத் திருமணம் செய்திருக்க வேண்டும். உன் சித்தப்பா முன்னெடுத்தும் அதை நீ மறுத்துவிட்டாய். என்னைத் தத்தெடுத்து வளர்த்தாய். எடுத்து வளர்க்க நான் என்ன உனது வளர்ப்பு மிருகமா?'

"உன்னைத் தத்தெடுத்து என்னை வளர்த்துக்கொண்டேன். உன் கையில் நானொரு செல்லப் பிராணியாக வளர்ந்தேன்".

'அப்பா, இந்திய விடுதலைக்குப் பிந்திய கன்னட இலக்கிய வரலாற்றில் பதிவாகாமல்போன ஓர் இரு–பாலுறவுக் கவிஞனைப் பற்றிச் சொல்கிறேன், கேள். கவிஞனை அவன் காதலி உயிரோடு எரித்தாள். கவிஞனுக்கு ஒரு காதலனும் உண்டு. ஒரே சமயத்தில் அக்கவிஞனின் காதலியும் காதலனும் அவனைச் சேர்ந்தே எரித்தனர். காதலி ஒரு மாணவி. காதலனோ ஒரு நடிகன், திரைப்படத்திலும் நடிக்க முயற்சி செய்துவரும் நாடக நடிகன். மூவரும் சேர்ந்து வாழ்ந்தார்கள். புரட்சிகர வாழ்க்கை. இந்திய, அய்ரோப்பியக் கலை மரபிலோ, வரலாற்றிலோ இல்லாதது. பெங்களூரு காஸ்மோபாலிடன் நகரம் அல்லோலகல்லோலப்பட்டது. மரபாளர்கள், மத அடிப்படைவாதிகள், பண்பாட்டுக் காவலர்கள் போன்றோரின் உருட்டல் மிரட்டலுக்கு ஆளாகிப் பலப்பல இன்னல்களை எதிர்கொண்டனர். முட்டிமோதிப் படித்து முடித்து மாணவி, பேராசிரியை ஆனாள். நடிகன் திரைப்படத்தில் சின்னச் சின்னப் பாத்திரங்களை ஏற்றுப் பிரபல நட்சத்திரமானான். கவிஞன் தொடர்ந்து கவிதைகளை எழுதிவந்தான். வார்த்தைக்கு ஒரு ரூபாய் சம்பாதித்தான். ஆண்டுக்குப் பத்தாயிரம் வார்த்தைகள் பத்திரிகைகளில் வெளியாவது பெரும்பாடாய் இருந்தது. கவிஞன், பேராசிரியை, நடிகன். முறையே அவர்கள் எஸ்.சி., எஃப்.சி., பி. சி. இலக்கியம், படைப்பவனுக்குச் சோறு போடாமல் போதிப்பவளுக்குச் சோறு போட்டது. அவள் கவிஞனைவிட்டு விலகி, நடிகனைத் தனியாக ஓரங்கட்டினாள். நடிகன் சக நடிகைகளுடன் ஒதுங்குவதை தடுத்தாட்கொள்ள அவனை அதட்டி உருட்டி மிரட்டித் திருமணமும் செய்துகொண்டாள். இது மூவரின் கூட்டு வாழ்க்கை நெறிக்கு ஒவ்வாதது. கவிஞன்

ஒதுக்கப்பட்டான். பாதி ஆணாகி மீதி பெண்ணாகி நடுத்தெருவில் பால் திரிந்து நின்றான். புரட்சிகர வாழ்க்கை புஸ்வாணமானது. ஆண்பால், பெண்பால், பலர்பால், பலவின்பால் என ஏளனத்திற்கு ஆளானான். நடிகனும் பேராசிரியையும் தன்னை வஞ்சித்துவிட்டதாகவும், நடிகனின் மூலம் தான் சிபிலிஸ் என்னும் பால்வினை உயிர்க்கொல்லி நோய்க்கு ஆளாகியிருப்பதாகவும் துண்டுப்பிரசுரம் வெளியிட்டான். அதனால் அவனது முன்னாள் காதலனும் காதலியும் பத்திரிகைகளில் நாறடிக்கப்பட்டனர். கவிஞனிடம் நைச்சியமாகப் பேசி அவனைச் சமாதான விருந்துக்கு அழைத்தனர். நடிகன் புதிதாக வாங்கிய பண்ணை வீட்டில் விருந்துக்கு ஏற்பாடானது. பேராசிரியையின் தோழியும் முன்னாள் மிஸ். பெங்களூருமான ஒரு பிரபலமும் விருந்தில் கலந்துகொண்டு சமாதான உடன்படிக்கையை வழிநடத்தினாள். கவிஞனுக்கு நகரத்திற்கு வெளியே வளர்ந்து வரும் பணக்காரர் குடியிருப்புப் பகுதியில் ஒரு வீடு, தேசிய வங்கியில் பத்து லட்ச ரூபாய் வைப்புத் தொகை. அதில் வரும் வட்டியில் வாழ்ந்துகொள்வது. பதிலுக்கு, கிளப்பிவிடப்பட்ட நடிகனின் பால்வினை நோய் பற்றிய அவதூறுக்குப் பத்திரிகைகளில் மறுப்பும் வருத்தமும் தெரிவிக்க வேண்டும். கவிஞனுக்கும் நடிகனுக்கும் இடையே புகைந்த ஒருபால் உறவு என்பது உண்மைக்குப் புறம்பான புனைவு எனப் பத்திரிகைகளில் செய்தி வெளியிட வேண்டும். உடன்படிக்கை கையெழுத்தானதும் மிஸ். பெங்களூரு தனது காரில் புறப்பட்டுவிட்டாள். தோட்டத்தில் பின்பனி இரவில் கவிஞன் போதைக்குள் கொஞ்சம் கொஞ்சமாக அமிழத் தொடங்கினான். பேராசிரியையைப் புணர்ச்சிக்கு இழுத்தான். அவள் அணிந்திருந்த கை இல்லாத ரவிக்கையும் தீண்டி வெகு நாட்களான புதுப்பணக்காரத்தன மார்பும் கவிஞனை ரத்தக்கொதிப்புக்கு ஆளாக்கியது. ஆனால், அவனை அவள் மறுக்க, நடிகன் கவிஞனின் முகத்தில் காறித்துப்ப, வாய்ச்சண்டை கைகலப்பில் முடிந்தது. நடிகனின் உதடு கிழிந்து வழியும் ரத்தத்தைக் கண்டதும் கவிஞன் பதறினான். தன்னை மன்னிக்கும்படி அழுதான். ஐ லவ் யூ, ஐ லவ் யூ என்று அரற்றியபடியே பிரம்பிருக்கையில் சரிந்தான். கேரேஜிலிருந்து பெட்ரோலைக் கேனுடன் தூக்கிவந்த நடிகன் அதைக் கவிஞனின் மீது ஊற்றினான். பெட்ரோல் குளியலிலிருந்து விருட்டென விழித்த கவிஞன் நிதானமாக நடப்பதை உணரத்தொடங்கினான். தன் காதலனையும் காதலியையும் பார்த்து சத்தமாகச் சிரித்தான். பேராசிரியை கோபத்தோடு தீக்குச்சியை உரசினாள். அது எரியவில்லை. கவிஞன் சிரித்துக்கொண்டே சொன்னான், 'இரண்டு மூன்று குச்சியாகச்

சேர்த்து உரசு.' அவள் அப்படியே செய்தாள். தீப்பெட்டியில் உரசிய குச்சிகள் பற்றிக்கொண்டன. அதை கவிஞனின் மீது எரிந்தாள். கவிஞன் சத்தமின்றி எரியத்தொடங்கினான். ஐ லவ் யூ, ஐ லவ் யூ என்ற முணுமுணுப்பும் மெல்ல அடங்கியது.'

"எந்தவொரு மொழியிலும் எந்தவொரு காலத்திலும் கவிகள் ஏமாளிகளாகவே இருக்கிறார்கள்; இந்திய விடுதலை இயக்க வரலாற்றில் பாரதி, திராவிட இயக்க வரலாற்றில் பாரதிதாசன், இப்படிச் சொல்லிக்கொண்டே போகலாம். பிரெஞ்சு புதிய அலை இயக்குநர் ஒருவரின் கருப்பு வெள்ளைப் படத்தில் இப்படி ஒரு கதை இருக்கிறது. அதிருக்கட்டும், இந்தக் கதையை என்னிடம் ஏன் சொன்னாய்?"

'காரணமில்லாமல்தான் சொன்னேன். அப்பா, கதைகளைக் கலைத்து அடுக்கி நமக்கான வாழ்க்கையைக் கட்டுகிறோம். கதையாகச் சொல்லும் சாத்தியமற்ற ஒரு வாழ்க்கையை நீ வாழ்ந்துகொண்டிருக்கிறாய். திருப்பிச் சொல்லும் சாத்தியமற்ற ஒரு கதைகூறலாக இருக்கிறாய். வாழ்ந்து முடித்ததை நாவலாக எழுதலாம்; ஆனால் ஒரு நாவலை வாழ்ந்து பார்க்க முடியாது. உன்னை யாரோ எங்கிருந்தோ வாசித்துக் கொண்டிருக்கிறார்கள் என்கிற நினைப்பில் நீ வாழ்ந்து கொண்டிருக்கிறாய். இது ஒருவித மனநோய். இந்நோய் சிறு வயதிலிருந்தே உனக்கு இருக்கிறது. உன் அக்காவை வாசித்தாய். அம்மாவை அப்பாவை வாசித்தாய். உன் மனம்போன போக்கில் அவர்களின் இயக்க விதிகளைத் தீர்மானித்தாய். அப்பா, எழுதித் தீராத, வாசித்துத் தீராத இந்த வாழ்க்கையில் இன்னும் ஏதோ எழுதவும் வாசிக்கவும் மிச்சமிருக்கிறது என்கிற போதாமையுடன் மரணத்தைத் தொடுகிறோம்.'

"மகளே, மரணத்தைத் தொடும் வயதில் நீ இல்லை. மரணத்திற்குப் பிறகு ஒன்றுமில்லை. ஒன்றுமில்லாததற்குப் பெயர் மரணம். நீ பிறந்ததும் உனக்குப் பெயரிடுவது என்பது உனது மரணத்திற்குப் பெயரிடுவதுதான். உடம்பின் ஒவ்வொரு செயலும் மரணத்தை ஒத்திப்போடுவதே. வாழ்தல் என்பது மரணத்தைக் கொண்டாடுவது. வாழ்தலின் போதாமையுடன் மரணத்தைத் தொடுகிறோம். தொட்டதும், குழந்தையின் கையிலிருந்து வெடித்த பலூனுக்குள்ளிருந்த காற்று நீ."

'அப்பா, இன்றிரவு நான் பெங்களூருக்குப் புறப்படுகிறேன்.'

"தெய்வமே எனக்கொரு முத்தம் கொடு."

35

மாதவன் தனது வீட்டுக்கு மின் இணைப்புத் தேவையில்லை என மின்துறைக்குக் கடிதம் கொடுத்தான். அவனுடன் கல்லூரியில் படித்த நண்பன் அத்துறையில் பணியிலிருந்தான்; அவன் மிரண்டுபோய், தேவகிக்குத் தொலைபேசியில் தகவலைச் சொன்னான். தேவகியால் மாதவனின் போக்கைச் சகிக்க முடியவில்லை. ஏற்கெனவே எலிகள் மீதிருந்த அசூயையால் அவனிடமிருந்து விலகியிருந்தவள்; மின்சாரமில்லாத வீட்டில் எலிகளுடன் பேய்களையும் சேர்த்து வளர்க்கிறான் என்று சொல்லி அவனுடனான நட்பைத் துண்டித்துவிட்டாள்.

மூகரி மட்டும் அம்மாவுக்குத் தெரியாமல் மாதவனைச் சந்தித்து வந்தாள். மாதவன் மின்சாரமில்லாத வீட்டில் கொஞ்சம் வெளிச்சம் கொள்ளை இருட்டு இவற்றினூடாக வாழப்பழகினான். பகல் முழுதும் தியானத்தில் அமர்ந்தான். இரவில் அக்கா தனது கண்களுக்குத் தெரிவதாக மூகரியிடம் சொன்னான்; 'மகளே, நட்சத்திர மண்டலத்திலிருந்து என் அக்கா பூமிக்கு இறங்கிவந்து இந்த வீட்டின் கதவைத் தட்டுகிறாள். அதனால் இரவிலும் கதவை அடைப்பதில்லை. அவள் மீது நட்சத்திர வெளிச்சம். அவளுக்காகத்தான் மின்னிணைப்பைத் துண்டித்து வீட்டை இருளடைய வைத்தேன். இந்த இருண்ட வீட்டில் வெளிச்சச் சுழலாய் மிதந்து திரிகிறாள். அவள் வந்துசென்ற பிறகு வீட்டுக்குள் பழைய மூத்திர வாடை கமழ்கிறது. இது அக்காவின் அந்தக் காலத்து மணம். நட்சத்திர வாடை.'

உள்ளறையில் இடது மூலையில் சிறிய தேனடையைப் போலத் தொடங்கி நாளடைவில் கரையான் புற்று வளர்ந்து நின்றது. எலிகளை விழுங்க வீட்டுக்குள் புகுந்த நல்லப் பாம்பு புற்றுக்குள் அடைவதைப் பார்த்த பிறகு மூகரி பயந்துவிட்டாள். அப்பாவிடம் புற்றை அகற்றும்படி சொன்னாள். மாதவனுக்குச் சிரிப்புவந்தது; 'எனது வேர்க்கடலையைத் தின்ன எலி வந்தது. எலியைத் தின்ன பாம்பு வந்திருக்கிறது. எலிக்கும் பாம்புக்குமான பிரச்சனையில்

நீ ஏன் மூக்கை நுழைக்கிறாய்? பாம்பைப் பிடித்து நீ தின்றால் நான் தடுக்கமாட்டேன். இது இயற்கையின் உணவுச் சுழற்சி.'

மூகரிக்கு மாதவனின் பேச்சு கோபத்தை மூட்டியது. அன்று மாலை அவனை விட்டுப் போனவள் திரும்பி வரவேயில்லை. எதிரில் வந்து நின்றால் மட்டுமே வந்தவரை அடையாளம் கண்டு ஞாபகம் கொள்ளும் மனநிலையில் நின்றுவிட்ட மாதவனுக்கு மனிதர்களும் அவர்தம் உறவுகளும் மறதிக்குள்ளாயின. சுவரில் பதிந்த விநாயகர் சிற்பம், ஓராயிரம் எலிகள். ஒற்றையாய்த் திரியும் பாம்பு, இரவில் நடமாடும் அக்கா நட்சத்திரம் இவற்றை மட்டுமே ஞாபகத்தில் இருத்த முடிந்தது. அசைவற்ற பத்மாசனத்தில் அமர்ந்து தியானத்தில் மூழ்கிய மாதவனின் மீது தரையிலிருந்துத் தலை நோக்கிப் புற்று வளர்ந்து முகத்தையும் தன்னுள் மூழ்கடித்தது. மனம் தணிவுகொண்டவுடன் ஒருநாள் மூகரி, வீட்டுக்கு வந்து அப்பாவைத் தேடினாள். பழைய புற்றில் பாம்பும் புதிய புற்றில் மாதவனும் இருந்தனர். மூகரி எல்லா ஜன்னல்களையும் அடைத்துவிட்டு வாசல் கதவைப் பூட்டிக்கொண்டு வெளியேறினாள். மாதவன், மா தவன் ஆனான்.

* * *

பகுதி இரண்டு

மனநோயின் வளர்சிதை மாற்றம்

1

'**வாழ்**க்கையை வாழ்ந்துபார்க்கவில்லை. மாறாக எழுதிப் பார்க்கிறேன். சொற்களாலான நாட்கள். எல்லாச் சொற்களும் பொருள் கொண்டவை. பொருளற்ற நாள் என்று எதுவுமில்லை. பொருளின் பாரம் தாங்காமல் காலம் நசுங்குகிறது. சிட்டுக்குருவியைப் போலத் தடயமற்று வாழ்ந்து மறைந்துவிட வேண்டும். இந்த நாடக அரங்கில் எழுநூறு கோடி பார்வையாளர்கள் கூடி மேடையில் சுழலும் உன்னையும் என்னையும் இமைக்காமல் உற்று நோக்குகிறார்கள். இந்த எழுநூறு கோடி பேர் ஒரே கணத்தில் இமைத்தால் அதன் ஓசை இந்த அரங்கினுள் எவ்வித விளைவை உண்டாக்கும்? சொல் தேவகி சொல். உனது சொல்லாடலின் வழியே இந்த நாடகத்தை நகர்த்துவோம்.'

"மாதவன், உன்னை நான் அடைய மாதவம் செய்தேனடா. உனது பார்வை மோதி எனது உடம்பின் மொட்டுக்கள் வெடிக்கின்றன. மாதவன் என்ற பெயர் உனது உடம்போடும் மனத்தோடும் முழுமையாகப் பொருந்தி வருகிறது. உடம்பும் மனமும் ஒற்றைப் புள்ளியில் குவியும் தருணம் நிகழ்வது அரிது. நீ அவ்வாறே அமைந்தவன். நம் வீட்டின் ஜன்னலுக்கு வெளியே கடல். அது எனக்குத் தந்த வலம்புரிச் சங்கு நீ. வங்காள விரிகுடாவின் நிறத்தில் நீ இருக்கிறாய். நீ உறங்கும்போது வெளிப்படும் மூச்சொலியில் கடலலைகளின் இரைச்சல். தவம் என்பது ஒடுங்குவதன்று; விகசிப்பது."

'தேவகி, இந்த இரவு நமக்கானது. இரவின் அழகு நீ. உன் கருந்தேகம் விடியலில் நிறமிழந்துவிடும். இரவைப் பிசைந்து செய்யப்பட்ட நீ இந்தப் புதுச்சேரியின் கடற்கரைச் சாலையில் வடக்குத் தெற்காக நடு இரவில் நடைப்பயிற்சி செய்கிறாய். கிழக்கில் கீழ்வானம் சிவக்கிறது. பரிதி வெளிப்பட இன்னும் இரண்டு மணி நேரம் ஆகலாம். பிறர் நடைபயில வருவதற்குள் நமது வீட்டுக்குச் சென்றுவிடுவோம். இக்கடலோரச் சாலை முடியும் இடத்திலிருந்து குண்டும்குழியுமாக, சேறும் சாக்கடையுமாக மீனவர்

குடியிருப்புப் பகுதி தொடங்கிவிடும். ஊருக்குள் நுழைந்ததும் நாய்கள் குரைத்துக்கொண்டே நம்மைப் பின்தொடரும். சிறிய பாலத்தின் மீது நடக்கிறோம். நம்மைப் பின்தொடர்ந்த நாய்கள் பாலத்தின் மீது கால் வைப்பதில்லை. தமது எல்லை அவற்றிற்குத் தெரியும். அவை ஒருநாளும் எல்லை தாண்டுவதில்லை. நாய்கள் அறம் வழுவாதவை. பாலத்திற்குக் கீழே ஊர் கூட்டி வெளித்தள்ளும் மகா சாக்கடை ஓய்வு ஒழிச்சலின்றி ஓடிக் கடலில் சங்கமிக்கிறது. பாலத்தின் இறக்கத்தில் மாரியம்மன் கோயில். உள்ளே சிமெண்ட் உடம்பில் மஞ்சள் சேலையுடுத்தி குறுநகையோடு இமைக்காமல் அலைகடலைப் பார்த்தபடி வீற்றிருக்கும் அங்காளம்மன். அன்னையைத் தாண்டி நடந்தால் நமது வீடு. ஜன்னலைத் திறந்தால் கடல் தெரியும் வீடு.'

"உனக்காக யாரோ ஒருத்தி கட்டிய சிறு வீடு. மொட்டை மாடியிலிருந்து, உலகத்தின் ஒரு விளிம்பில் நீயும் நானும் நின்றுகொண்டு அசையும் கடலை அசைவற்று மணிக்கணக்கில் பார்க்கிறோம். ஆம், உலக விளிம்பில் நாம். ஒவ்வொரு நாளும் இரவு நம்மை மூடுகிறது. கிழக்கிலிருந்து முழு நிலா எழுகிறது. இப்பொழுது தலைக்கு மேலே துணைக்கோள். விளிம்பு நெளியாத வட்டம். முழுமையின் தரிசனம். நீ. நான். பூமிக்கு மேலே மிக அருகில் ஒரு துணைக்கோள். நிலாவைப் பார்க்கும்போது குழந்தைமை மீண்டும் நம்மைத் தொற்றிக்கொள்கிறது. நான் தாயாக வேண்டும். உன்னைத் தந்தையாக்க வேண்டும். அந்த நிலாவை நான் கருத்தரிக்க வேண்டும்."

2

'**தே**வகி, நம்மைப் பார்க்க ஒரு பார்வையாளரை நாமே ஏன் உருவாக்க வேண்டும்?'

"நம்மை வேடிக்கை பார்க்க அல்ல; அடையாளப்படுத்தக் கூரிய நோக்கரை உருவாக்கிக்கொள்ள விழைகிறேன். என் உடம்பிலிருந்து வெளிப்பிதுங்கி, உன் உடம்பின் சாறு உள் ததும்ப நம்மை இடப்படுத்தும் படர்க்கை. மூன்றாவது இருப்பு. தன்மை, முன்னிலை, படர்க்கை. நாம் என்ற இருப்பின் மூன்றாவது பரிமாணம்."

'தேவகி, நமது மூன்றாவது இருப்பாக ஒரு கடவுளைத் தெரிவு செய்யலாமே. நம்மை நெருக்கித் தள்ளியபடி நம்மிடத்தை அடைத்துக்கொண்டு ஏராளமான கடவுள்கள் பெருத்துவிட்டன. அவற்றிலிருந்து ஒன்றைத் தத்தெடுத்து வளர்க்கலாம். அதன் இருப்பிற்கும் பாலிற்கும் பொருந்திவரக்கூடிய மனிதப்பெயரால் அதை அழைக்கலாம். அதன் மூளைக்குள் மனிதக் காலத்தின் பிரக்ஞையைப் பதிவு செய்துவிடலாம். ஏறக்குறைய மனிதக் குழந்தையாகவே அதை வளர்த்து ஆளாக்கிப் பூமியில் உலவவிடலாம். தேவகி உனது சாயலிலும் பாலடையாளத்திலும் ஒரு குட்டிக் கடவுள். சமயம் சாராத முதல் கடவுள் இந்தப் பூமியில்.'

"கடவுளை மையப்படுத்தி இப்புவனவெளியில் குறுக்கும் நெடுக்குமாக நமது சலனம். நம்மைச் சுற்றிலும் பாதைகள். பாதைகளால் பின்னப்பட்ட வலை இந்தப் பூமி மீது போர்த்தப்பட்டுள்ளது. நமது உடம்புகளில் படிந்த பாதைகளின் மீது பிறர் நடக்கிறார்கள். நாமும் பிறர் மீது நடக்கிறோம். இந்தப் பாதைகளைக் கடவுளரின் பெயர்களால் அழைக்கிறோம். முடிவற்ற பயணம். காலத்தின் மீது நமது நடை."

'கடலோரம் சிமெண்ட் சாலை. வசதிபடைத்தவர்கள் வாழும் பகுதி. அதைத் தாண்டிக் குண்டும் குழியுமான தார்ப் பாதையில்

நடந்தால் காய்ந்த மீன் வாடை கமழும் மீனவர் சேரி. அங்கே நமக்கான உறைவிடம். நாம் வெளியிலிருந்து வந்து இங்கே குடியேறியவர்கள். இந்த ஊர் கடலோடிகளுடையது. இவர்கள் இந்த மண்ணின் பூர்வக் குடிகள். ஆனால், நாம் கடலைத்தேடி இங்கு வந்தவர்கள். அதன் அருகாமையில் வாழ்பவர்கள். கடலை வெளியிலிருந்து வந்து சொந்தம் கொண்டாடுபவர்கள்.'

"கடலை மனிதர்கள் சொந்தம் கொண்டாடும் அபத்தம் அரசியல் என்றாகிவிட்டது. இன்று நிலத்தை அன்று; நீரை மையமிட்டே உலக அரசியல் நம் உடம்பை முற்றுகையிட்டு நடக்கிறது. நீரின்றி அமையாது உலகு. கடவுளின் மறுபெயர் நீர்."

'நீ கடவுளைப் பெற்றெடுக்கப் போகிறாயா அன்றிக் கடலைச் சூல்கொள்ளப் போகிறாயா? இந்தக் கிழக்குக் கடலில் பாம்புமீது ஒரு கடவுள் படுத்துக்கிடக்கிறது. வடக்கே மலையுச்சியில் பனிப்பாறைகளுக்குக் கீழே ஒரு கடவுள் புதைந்து கிடக்கிறது. இருவரின் உறக்கமும் கலைவதாய் இல்லை. பொய்யுறக்கத்திற்கு விழிப்பு இல்லை. நீ இவர்களில் ஒருவரைக் கருத்தரித்தால் என்ன?'

"நேற்றுப் பேசியதை மறந்துவிட்டாயா? குழந்தையைத் தத்தெடுப்பது பற்றி அல்லவா பேசிக்கொண்டிருந்தோம். இன்று பெற்றுக்கொள்ளச் சொல்கிறாய்; கடவுளை என்னால் கருத்தரிக்க முடியாது. நீ குறிப்பிட்ட இரண்டும் ஆண்கள். பெண்ணை அல்லவா தத்தெடுப்பதாகப் பேச்சு. அநாதையாகச் சுற்றித் திரியும் பால்பல் விழாத சிறுமியைத் தேடிக் கண்டுபிடி. கருப்பாக இருட்டாக இருந்தால் நலம்; அவளைக் காளி என்று அழைப்போம். மாதவன், நீ காளிக்குத் தந்தையாவதில் பெருமிதம் கொள்வாய்."

'உண்மைதான், பெண்மையின் பெருமிதம் தாயாவதிலும் ஆண்மையின் பெருமிதம் தந்தையாவதிலும் விளைகிறது. ஒரு குழவியைத் தேடியடைவதே ஆணுக்கும் பெண்ணுக்கும் முதல் சவாலாக அமைகிறது, ஆதாமுக்கும் ஏவாளுக்கும் பிறந்த முதல் குழந்தை ஆணாக இல்லாமல் பெண்ணாக இருந்திருந்தால் மனித வரலாறு இன்று வேறாக இருந்திருக்கும். முதற்பேறு பெண்ணாக இருப்பதையே நமது சமூகத்தில் குடும்ப ஐதீகம் விழைகிறது. இந்து மரபிலும் முதல் கடவுள் பெண்ணென்பதை அறிவாயே.'

"கீழை மரபு பெண் மையமும் மேலை மரபு ஆண் மையமும் கொண்டு நிகழ்பவை. புணர்ச்சியிலும், பெண் கீழேயும் ஆண் மேலேயும் நிலைகொண்டு இயங்குவது. சிவத்தின் மீது காளி ஏறுவது நம் மரபு. பொதுவாக, கீழ் மேல் என்னும் திசைகளோ, மேல் கீழ் என்னும் இடப்படுத்தும் முறைமையோ அற்றது. ஆலிங்கணத்தில்

திசைகளற்றுப் பல்கிப் பெருகும் தாந்த்ரீக உடம்புகளாலானது நம் வடிவம். இயல்பில் அது ஒருவகை வடிவிலிகளின் நடனம்."

'பூமியில் இல்லாத வகைமாதிரியில் ஒரு குட்டித் தெய்வத்தைக் கண்டடைந்து நம்மை அதனிடம் ஒப்புவித்துவிடுவோம். நீல நிறத்தில் ஒரு குழந்தை. கடல் நீலம். இந்த நிலத்தில் கிழக்குத் திசை நீராலானது. கடல் இல்லாத ஊரில் என்னால் உயிர்வாழ முடியாது. கடலிலிருந்துதான் எல்லாம் தோன்றின. கடவுள்கூடக் கடலிலிருந்து வந்ததுதான். இதே கடற்கரையில்தானே உன்னை நான் கண்டடைந்தேன். அன்றைய இரவு, வானம் விண்மீன்களில்லாமல் வெறிச்சோடிக்கிடந்தது. அலைகள் பொங்கிச் சாடும் கரையில் நீ வெகுகாலமாக நின்றிருப்பது போலத் தோன்றியது. உனது பாதங்களுக்குக் கீழே வேர்முளைத்துப் பூமியோடு பற்றிவிட்டது போல அசைவற்று இருந்தாய். சாலையோர விளக்குகளின் வெளிச்சம் உன்மீது வழிந்து உன்னைத் தெளிவாக்கியது. கடலை வெறித்தபடி நின்றிருந்தாய். உனது முந்தானை வெற்றி கொண்ட குதிரைப் படையின் கொடி போலக் காற்றில் படபடத்தது. உனது உருவத்தின் உயரம் உனது நெஞ்சுரத்தை வெளிக்காட்டுவதாய் இருந்தது. இரும்பாலான உயிரோட்டமுள்ள சிலை. உன்னை அருகிவரத் தயங்கினேன். நானும் தனியன்தான். பிரெஞ்சு தேசத்துப் படைவீரர்கள் கடலிலிருந்து இந்தக் கரையேறும்போது இதே இடத்தில் ஒரு படகின் மறைவிலிருந்து பார்த்துக்கொண்டிருந்தேன். நான் சொல்வது மூன்று நூற்றாண்டிற்கு முந்தைய கதை. ஆனால், இருபதாம் நூற்றாண்டின் இறுதி நாட்களில்தான் உன்னை நான் அந்த இரவில் இந்தக் கரையில் முதன்முதலாகக் கண்டது. மூன்று நூற்றாண்டுகளுக்கும் மேலாக இந்த இடத்தில் சுற்றித் திரிந்தவன் நான். ஆனால் உன்னை அதுநாள்வரை பார்த்ததில்லை. அசைவற்ற உன்னருகில் வந்து நின்றேன். புராதன வாடை உன்மீது குமைந்தது. அது எனக்குப் பரிச்சயமானதாகவும் பிரியமானதாகவும் இருந்தது. வில்லியனூர் கோகிலாம்பாள் கோயில் கருவறையில் இதே வாடையை நான் எதிர்கொண்டதுண்டு. உனது நிழலுருவமும் நாயக்கர் காலத்துப் பெண்ணின் தேகக்கட்டைக் கொண்டிருந்தது. வௌவால்கள் அடைந்த கோயிலுக்குள் குமையும் புழுங்கிய புராதன வாடை. எனது தீண்டலில் உனது உடம்புக்குள் காலகாலமாய் அடைபட்டிருந்த ஆயிரமாயிரம் வௌவால்கள் முட்டிமோதி வெளிப்பட்டன. என்னை ஆர்வத்தோடு பார்த்தாய். நீ எங்கிருந்து வருகிறாய் எனக் கேட்டேன். நெற்றியில் படர்ந்த முடிக்கற்றையை விரல்களால் ஒதுக்கியபடி கடலிலிருந்து எனப் பதிலிருத்தாய். தேவகி, அந்த இரவை உனக்கு ஞாபகமிருக்கிறதா?'

“இருபதாம் நூற்றாண்டின் இறுதி நாட்களில் நாம் ஒருவரை ஒருவர் எதிர்கொண்டோம் என்றாய். உண்மையில், பத்தொன்பதாம் நூற்றாண்டின் இறுதி நாட்களில் உன்னை நான் வில்லியனூரில் பார்த்திருக்கிறேன். கோகிலாம்பாள் கோயிலைச் சுற்றிய வீதிகளில் ஒன்றின் பெயர் தேவரடியார் தெரு. இன்றும் இப்பெயரால் அத்தெரு சில முதியவர்களால் குறிப்பிடப்படுவதை நீ அறிவாய். அங்கு எட்டாம் இலக்க வீட்டின் வாசற்படியில் நான் நின்றிருந்தபோது, நீ ஒரு பெண்ணின் முகவரியைத் தேடி அலைந்துகொண்டிருந்தாய். உன்னை ஏற்றிவந்த குதிரை வண்டி தெருமுனையில் நின்றுவிட்டது. அந்நிய ஆடவனான உன்னைக் கண்டதும் நான் வீட்டினுள் சென்றுவிட்டேன். ஒருமுறை பார்த்தால் போதும், எந்த முகமும் எனக்கு மறக்காது. சந்தனமும் சாம்பிராணியும் தெருவெல்லாம் கமழும் காலம் அது. மார்கழி மாதக் காலை. வாசலில் மாக்கோலமிட்டு அதன் நடுவே பசுஞ்சாணி உருண்டை வைத்து, பூசணிப்பூவின் காம்பை அதில் சொருகிவிட்டு, வாசல் படியேறி அதன் அழகை ரசித்தபடி நின்றிருந்தேன். அப்பொழுதுதான் உன்னைக் கண்டேன். ஏறக்குறைய ஒரு நூற்றாண்டிற்குப் பிறகு கடலோரம் நின்றிருந்தபோது மீண்டும் கண்டேன், காதல் கொண்டேன். ஐரோப்பியர்கள் புதுச்சேரியிலிருந்து விழுப்புரத்திற்கு இருப்புப்பாதை போட்டார்கள். வில்லியனூர் எல்லையைத் தொட்டு ஓடிய ரயில் வண்டி எழுப்பிய சங்கொலியில் பயந்து, கோகிலாம்பாள் கோயிலின் கோகிலங்கள் கண்காணாத் தேசங்களுக்குப் பறந்துவிட்டன. அதன்பிறகு ஊரிலிருந்த தாசியரும் இடம்பெயர்ந்துவிட்டனர். புதுச்சேரி ஒரு மீனவக் குப்பமாக இருந்தபோது தொடுவானத்திலிருந்து கடல் வழியே வந்து இந்த வங்கக் கரையில் முதன்முதலாகக் காலடிவைத்த பிரெஞ்சுக்காரர்களுக்கு இளநீர் சீவிக்கொடுத்தவர் என் அப்பா. அப்போது நான் என் அம்மாவின் இடுப்பில் விரல் சூப்பியபடி உட்கார்ந்துகொண்டு வெள்ளைக்காரர்களை பயந்தபடி பார்த்தது இன்றும் ஞாபகத்திலுள்ளது. மூன்று நூற்றாண்டுகளுக்கு முன்பு நானும் இருந்தேன். இந்தக் கடலும் இருந்தது. உனக்குத் தெரியுமா; முந்நூறு ஆண்டுகளுக்கு முன்பு என் அம்மாவின் இடுப்பில் அமர்ந்திருந்த அக் குழந்தையைத்தான் நாம் இன்று தத்தெடுக்க விழைகிறோம்.”

‘ஆம், ஒரு குழந்தையிலிருந்து நம் கதையை வளர்த்தெடுக்கவும் வாழ்ந்து பார்க்கவும் முயல்கிறோம். குழந்தை வழியாக நமது மரபணுக்களின் தொடர்ச்சி. வரலாறு நெடுக்கிலும் அறுந்துவிடாத உயிர்த் தொடர்ச்சி. நம் மரபணுவிற்கு மரணமில்லை. மரணமற்ற பெருவாழ்வு என்று இதைத்தான் சொல்லிவருகிறோமோ. ஒரு

குழந்தையை ஈனுவது என்பது நம் உயிர்த் தொடர்ச்சியை நீட்டிப்பது. நாட்களால் அடுக்கப்பட்ட காலம். முடிவற்ற அதன் இருப்பு. அரூப இருப்பு. உன்னையும் என்னையும் பிசைந்து செய்த கடவுள். முந்நூறு ஆண்டுகளுக்கு முன்னர் உன் அம்மாவின் இடுப்பில் தொத்திக்கிடந்த நீ மீண்டும் உன்னையே தத்தெடுக்கிறாய். பெற்றெடுப்பதும் தத்தெடுப்பதும் ஒரே வினையின்பாற்பட்டது.’

3

"**நா**ம் பேசிக்கொண்டிருக்கும்போதே மேடையில் குழந்தை ஒன்று தவழ்கிறது. இருட்டிலிருந்து அது வட்டமாக ஒளிவிழும் மையத்திற்கு வருகிறது. அதன் தோற்றம் பார்வையாளரைப் பரவசப்படுத்துகிறது. மகிழ்ச்சியின் ஆரவாரம். குழந்தை திகைக்கிறது. அது ஒரு பெண்பால் கடவுள். மாதவனே, அதை அள்ளி எடுத்து வா. அது என் குழந்தை. உனது சாயலில் என் குழந்தை. அதன் பெயர் மூகரி. தமிழில் சங்க இலக்கியங்களில் வெள்ளிவீதி என்றொரு கவி இருக்கிறாள். அவளை மூகரி என்று நான் அழைப்பது வழக்கம். அவள் குவளைப் பூக்களின் விதைகளை மென்று விழுங்கித் தன்னைக் கொன்றுகொண்டாள். தான் எழுதிய ஒரு பாடலில் தானாக வந்து விழுந்த சொல்லொன்றின் பொருள் தெரியாமல் பல நாட்கள் தவியாய்த் தவித்தாள். புதிய சொற்களை உருவாக்குவதில் திறமைகொண்ட வெள்ளிவீதியின் பிரக்ஞையை மீறி வந்து விழுந்த அச்சொல் தந்த வலி அவளால் தாங்கக்கூடியதாக இல்லை. புதிய சொற்களுக்குப் பொருள் வகுப்பதில் வல்லமை பெற்ற அவள் ஒரு சொல்லுக்குப் பொருள் சேர்க்க முடியாமல் தற்கொலை செய்துகொண்டாள். அவளுடைய ஞாபகமாக நம் குழந்தையை மூகரி என்னும் அச்சொல்லால் அழைப்போம்."

'மூகரி. மூகரி. மூகரி. ஒரு சொல் கவிதை. மூன்று எழுத்துக்களாலான ஒரு சொல். காலவோட்டத்தில் இச்சொல்லுக்கான பொருள் உரைக்கப்பட்டு, ஆனால் உணரப்படாமல் அதன் உட்கிடை தேய்ந்து கூர் மழுங்கி ஒளியிழந்துவிட்டது. வெள்ளிவீதியால் கண்டுபிடிக்கப்பட்டு, ஆனால் அவளால் பயன்படுத்தப்படாமல் தூரயெறியப்பட்டு, அவள் மரணத்திற்கே காரணமாய் நின்ற அச்சொல் பிறகு வடமொழிக் கவிகளால் எடுத்தாளப்பட்டு, மீண்டும் தமிழுக்கு வந்து, இன்று நம் மகளுக்குப் பொருளாய் மிளிர்கிறது.'

"மாதவன், உனக்குத் தெரியும், கடவுளை மையமிட்டே மதங்கள் தோன்றின. நம் மகள் ஒரு கடவுள். கடவுளையே நாம் தத்தெடுத்து

வளர்க்கிறோம். மூகரி என்பது அவள் பெயர். அவளை வைத்து ஒரு மதத்தை உருவாக்கிவிடாதே."

'என்ன ஆனது உனக்கு? திடீரென்று இப்படிப் பேசுகிறாய்? மதத்தைத் தனிமனிதரால் உருவாக்க முடியாது. மொழியைப் போல அது கூட்டுருவாக்கம். மனிதவரலாறு மொழியாலும் மதத்தாலும் கட்டமையப் பெற்றது. மதம் என்பது சிந்தனைத் தொகுப்பு. அதற்குக் கடவுள் என்பது இரண்டாம்பட்சம். கடவுளை மையப்படுத்திய மதம் பாமரத்தனமானது. சிந்தனையின் பொருண்மை தனது இயக்க விசையை மெல்ல மெல்ல இழந்து நிற்கும்போது அங்குக் கடவுள் உருக்கொள்கிறது. மனித மூளை மரணிக்கும்போது, கடவுள் கருக்கொள்கிறது. கடவுள் இல்லாத மதம். மூகரி, அவள் மதம் இல்லாத கடவுள்.'

"வளர வளர மகளிடமிருந்து கொஞ்சம் கொஞ்சமாகக் கடவுள் தன்மை மங்கி மறைந்துவிடும். கடவுளிலிருந்து விடுபட்டு முழுமையான மனிதராவதில்தான் வாழ்க்கை நிறைவு பெறுகிறது. முழுமையான கடவுளாய் வளர்ந்து ஆளாகி மனிதரோடு கலந்து நின்றால் சமூகத்தின் சமச்சீர் இயக்கம் குலைந்து அதன் ஒழுங்கு சீர்கெடும். தனிமனிதரின் ஆகச்சிறந்த ஆக்கம் என்பது தன்னைக் கடவுளாக வளர்த்தெடுப்பதில் வெளிப்படுகிறது."

'தேவகி, ஆண் ஒருவன் தன் வாழ்நாளில் மூன்று தருணங்களில் கடவுளை எதிர்கொள்கிறான். பிறக்கும்போது பெற்றவளையும் போகத்தின்போது உற்றவளையும் இருவரின் வினையால் தனக்குப் பிறந்ததையும்; ஆக, மூன்று தருணங்களில் ஓர் ஆண் கடவுளை எதிர்கொள்கிறான். அப்படி நீ கடவுளை எதிர்கொண்ட தருணங்கள் உண்டா?'

"உண்டு. என்னைப் பெற்றவளையும் நான் பெற்றபோது என்னையும் என்னைப் புணர்ந்தபோது உன்னையும்."

'நீ உன்னையே கடவுளாகக் கண்ட தருணம் போல் ஆணுக்கு வாய்ப்பதில்லை. கடவுளின் நிலையிலிருந்து பெண் இறங்கி வருவதே இல்லை. ஆண் கடவுளாக இயல்வதில்லை. அவனுக்கு அடைகாக்கத் தெரியாது. அடைகாக்க முடிந்தால் கடவுளாகிவிடுவான். இறைமை என்பது அடைகாத்தலில் இருக்கிறது. கடந்த நூற்றாண்டில், அந்த நூறு ஆண்டுகளிலும் நான் தனியனாகவே வாழ்ந்தேன். யாருடனும் நான் பேசியதில்லை. கீழூர் எல்லைப் பகுதியில் பிரெஞ்சுப் படைப் பிரிவில் சமையல்காரனாக இருந்தேன். மாட்டிறைச்சி சமைப்பதில் பெயர்பெற்றவன். என்னைத் தங்கள் பிரிவில் வேலையில் அமர்த்திக்கொள்ள

வெள்ளையருக்கிடையே போட்டியுண்டு. எனக்கு பிரெஞ்சு மொழி நன்றாகத் தெரியும். படிப்பதிலும் எழுதுவதிலும் பண்டிதன். ஆனால், என்னை ஒரு பிறவி ஊமையாகவே எல்லோரிடத்திலும் வெளிப்படுத்திக்கொண்டேன். பேச்சை அறுத்து வாழ்வதிலும் ஒரு சுகமுண்டு. பெருங்கூட்டத்திலிருந்து பேசாமல் ஒதுங்கி நிற்பதிலும் ஒருவித உவகை ஊற்றெடுக்கும். நான் யாருக்கும் தெரியாமல் தனியாகப் பேசுவதற்கென்றே ஆண்டுக்கு ஒருமுறை கீழூரிலிருந்து புதுச்சேரிக்கு வருவேன். யாருமற்ற கரையில் நின்று கடலைப் பார்த்து மனம்போன போக்கில் பேசுவேன். ஓவென்று கத்துவேன். கூத்துப் பாடல்களை சத்தமாகப் பாடுவேன். ராவணனாகப் பாடுவேன்; அது இலங்கையிலிருக்கும் ராவணனுக்கே கேட்கும். மரணமற்ற பிறப்பு எனக்கு வாய்த்ததைப்போல் உனக்கும் வாய்த்தி ருக்கிறது. இப்படியொரு பிறப்பு பூமியில் எப்பொழுதாவதுதான் நிகழும். புதுச்சேரியில் அடுத்தடுத்து அது உன் மூலமாகவும் என் மூலமாகவும் நிகழ்ந்திருக்கிறது. இந்த மண்ணில் பிரஞ்சுக்காரர்கள் காலடி வைத்தபோது நீ உன் அம்மாவின் இடுப்பில் தொத்திக்கிடந்த கைக்குழந்தை. கோகிலாம்பாள் கோயில் கட்டும் பணியில் என் குடும்பம் ஈடுபட்டிருந்தபோது என் அம்மா நிறைமாதக் கர்ப்பிணி. அவளது கருப்பைக்குள்ளிருந்தபோதே எனது பிரக்ஞை விழித்துவிட்டது. அவளுடன் சேர்ந்து ஒட்டர்கள் கடைக்கால் தோண்டியபோது தெலுங்கில் பேசியது இன்றும் ஞாபகத்தில் உள்ளது. கோயில் கருவறைக்குள் குமையும் வெளவால் நெடி உனது அல்குல் பரப்பெங்கும் கமழ்கிறது. அந்த நெடி உன்னைப் புராதனமானவள் என்பதை எனக்கு உணர்த்தியது. கருவுக்குள் வைத்து என் தாய் பத்துத் திங்கள் அடைகாத்தாள். அவள் உடம்புக்கு வெளியே வைத்து என்னைப் பலர் வெவ்வேறு காலங்களில் அடைகாத்திருக்கிறார்கள். என்னை அடைகாப்பவர் மீது வெளவாலின் எச்சங்களால் உண்டாகும் ஒருவித குமைந்த நெடி வீசும். இந்நெடி என் அம்மாவின் கருவறைக்குள் நானிருந்தபோது முதன்முதலில் பழக்கமானது. அது கடவுளின் நெடி. உனது மாதவிலக்குக் குருதியிலும் அதே நெடி வீசுவதை முகர்ந்திருக்கிறேன். ஆணின் விந்திற்கும் அதே மணம், தெரியுமா?'

"மூகரி பேசப்பழகும்போது அவள் மீது கமழும் வெளவால் வாசனை மெல்ல மறைந்துவிடும். மிருக வாசனை உடம்பில் வெளிப்படத் தொடங்கும். மொழி முழுமையாக வசப்படும்போது மனிதவாசனை மெய்யில் நிரந்தரமாகப் படிந்துவிடும். உண்மையில் மொழியின் வாசனையே உடம்பின் வாசனையாகப் பரிணமிக்கிறது. நானொரு பேசும் விலங்கு. எனது அறிவு இலக்கணத்தால் வடிவமைக்கப்பட்டு விருத்தியாகிறது. மனிதர் வகுக்கும்

விதிகளெல்லாமே மூளையில் பதிந்த இலக்கண விதிகளின் நகலெடுப்பே ஆகும். மாதவா, நீ உச்சரிக்கும் சொல்லும் அதன் பொருளும் உனது எதிர் இருப்புக்கு உன்னை விளக்கிக் காட்டுகின்றன. சொல் மாறாது; ஆனால் அது உணர்த்தும் பொருள் உடம்புக்கு உடம்பு வித்தியாசப்படும். ஒரு சொல் பன்மொழி என்பது போல ஒரு சொல் பன்மெய்யாலானது மொழிக்கிடங்கு. பன்மெய் என்பது உடம்புகளின் பன்மையைக் குறிப்பது. நேற்று மேடையில் உனது இடக் கால் வலக் காலை இடறிவிட நிலைதடுமாறி விழுந்தாய். பார்வையாளர்கள் கொள்ளென்று சிரித்தனர். ஆனால் சமயோசிதமாக, நீ கீழே சரிந்ததையும் ஒருவித நடிப்பு என உனது உடல் மொழியால் சமாளித்தாய். மொழியால் உணர்த்தப்படும் எல்லாம் புனைவே. இலக்கியப்புலத்தின் சொல்லாடலை மட்டுமே புனைவு என்கிறோம். மதம், தத்துவம், வரலாறு, அரசியல், இயற்பியல், இறையியல் என எல்லாச் சொல்லாடல்களும் புனைவே. உடல்மொழி என்ற புனைவைப் போலவே உடலியல் என்பதும் புனைவே. மொழியே சிந்தனையின் ஆதாரம்; ஆக, மொழியே புனைவு என்றான பிறகு மொழியாலான எல்லாம் புனைவு என்பதைத் தவிர வேறென்ன? பசி மற்றும் புவிஈர்ப்பு விசை இரண்டைத் தவிர மற்றவை புனைவுகளாகும். ஆப்பிள் என்பது ஐசக் நியூட்டனின் பசிக்கும் புவிஈர்ப்பு விசைக்கும் குறியீடாகிறதல்லவா? எளிமையாக விளக்கவேண்டும் என்றால், வேற்றுக்கிரக உயிரினம் பூமிக்கு வந்து திருக்குறள் படிக்கிறது."

4

‘தேவகி, இருபதாம் நூற்றாண்டின் இறுதியில் நமக்குக் கிடைத்த மகளை நீ ழகரி என்றழைக்கிறாய். எனக்கு இருபதாம் நூற்றாண்டின் ஆரம்பத்தில் ஒரு மகள் கிடைத்தாள். அவள் ஆயிரத்தி தொள்ளாயிரத்துப் பத்தாமாண்டு பிரான்சிலிருந்து புதுச்சேரிக்குத் தனது இருபத்தியோராம் அகவையில் என்னைத் தேடி வந்தாள். அவள் எனக்குப் பிறந்த என் மகள். என் முகச் சாயலில் ஒரு பெண்ணுருவம். எனக்குப் பெண்வேடமிட்டது போல ஒரு பிரான்கோ–தமிழ்ப் பெண். வெள்ளைத் தோலுமில்லாமல் கறுப்புத் தோலுமில்லாமல் தேன் நிறத்தில் இருந்தாள். பல நூற்றாண்டுகளாக வாழும் நான் முதுமை தீண்டாமல் என்றும் இருபத்தைந்து வயதினனாகவே வாழ்கிறேன். இருபத்தைந்து வயது இளங்காளையாக நிறுத்திக் காலம் என்னை உறைய வைத்துவிட்டது. என் மகளுக்குப் பூமிதா மாதவன் என்று பெயர். அவள் ஆயிரத்தி எண்ணூற்றி எண்பத்து ஒன்பதாமாண்டு டிசம்பர் மாதம் பதினைந்தாம் நாள் பாரீஸ் நகரத்திலுள்ள ‘ஒப்பித்தால் மத்தேர்னிதே தெ பரி’ –யில் பிறந்தாள். என் மகளின் தாய் பெயர் சபீன் துய்ஷாம்ப். மெர்ஸ்ஸியே துய்ஷாம்ப், பொந்திஷேரியில் ஐந்தாண்டுகள் நகரத் தந்தையாகப் பதவிவகித்தவர். காலகாலமாகப் பிரெஞ்சுப் பெருங்குடியினர் மட்டத்தில் மாட்டிறைச்சி சமைப்பதில் பெயர்பெற்று விளங்கிய என்னை, துய்ஷாம்ப் தனது குசினியாக நியமித்துக்கொண்டார். நான் ஷார்ல் பொத்லேரை அடியொற்றி, பிரெஞ்சு மொழியிலேயே கவி புனையும் ஆற்றல் பெற்றவன் என்பதை அறிந்த மதாம் துய்ஷாம்பிற்கு என் மீது தனிப் பிரியம். துய்ஷாம்ப் தம்பதியருக்குக் குழந்தை இல்லை. பேரழகியான மதாம் ஈகைக் குணம் கொண்டவள். இன்று நாமிருக்கும் இந்த வீடு அவள் எனக்காக வாங்கித்தந்தது. மெர்ஸ்ஸியே இல்லாதபோது சமையலறைக்கு வந்து எனக்கு உதவியாக அதை இதைச் செய்வாள். என்னை ஷார்ல் என்று பொத்லேரின் முதற் பெயரால் அழைப்பாள். அவளை மதாம் என்று அழைத்தால்

பொய்க்கோபத்துடன் முறைப்பாள். 'என்னைச் சபீன் என்று கூப்பிடு ஷார்ல்' எனச் சிணுங்குவாள். எனக்குத் தயக்கமாக இருக்கும். அவள் என்னை விழைகிறாள் என்பதைப் புரியாதவன் அல்லன். பலமுறை என்னை எடுத்துக்கொள் ஷார்ல் எனக் கண்கலங்க சொல்லியிருக்கிறாள். பிறன்மனை விழையக் குறள் அறம் தடுத்தது. இதனால் பலப்பல காலங்களில் பலப்பல பெண்களின் சாபங்களைப் பெற்றவன் நான். மெர்ஸ்ஸியே துய்ஷாம்ப் பிரெஞ்சு–இந்தியாவில் தனது பணிக்காலம் முடிந்து தாய்நாட்டிற்குப் பயணப்பட ஆயத்தமானார். நான் அவருக்கு என்னாலான எடுபிடி வேலைகளைச் செய்துகொண்டிருந்தேன். சபீன் கலங்கிய தோற்றத்தில் என்னைப் பரிதாபமாகப் பார்த்துக்கொண்டிருந்தாள். அவள் கப்பலில் பயணப்படுவதற்கு முதல்நாள் குளிக்காமல் அழுக்காக சமயலறைக்குள் வந்தாள். காலை பத்து மணி. மெர்ஸ்ஸியே அலுவலகம் சென்றிருந்தார். சபீனுடைய கண்கள் சிவந்திருந்தன. முகம் வீங்கியிருந்தது. என்னிடம் எதுவும் பேசாமல் காய்கறி நறுக்கும் கத்தியை எடுத்து வெறுமனே கட்டையில் டொக்டொக்கென்று வெட்டிக்கொண்டு நின்றிருந்தாள். ஒரு சிறுமி அடம்பிடிப்பது போல இருந்தது. எனக்குப் பின்திரும்பி நின்றிருந்த அவளது தோள்களை முதல்முதலாகத் தொட்டேன். அவள் வியர்வையோடு என்னைத் தழுவிக்கொண்டாள். எந்நேரமும் ஓ தெ கொலாஞ் மணம் கமழும் அவள் மீது அன்று கோயில் கருவறை வெளவால் வாடை குமைந்தது. ஏறக்குறைய நூறாண்டுகள் சேமித்து வைத்திருந்த பாதரசக் குளிகை போன்ற எனது இந்திரிய மணிகள் அவளைக் கருவுறுத்திவிட்டன. சபீனைக் கப்பலில் வைத்துப் பலமுறை கூடிய மெர்ஸ்ஸியே துய்ஷாம்ப், தான் தந்தையாகப்போகும் மகிழ்ச்சியிலிருந்தார். பாவம். மெர்ஸ்ஸியேவின் தலையில் இடிவிழுந்தது. குழந்தை கறுப்பாகப் பிறந்தது. தாயையும் சேயையும் மருத்துவமனையிலேயே வைத்துக் கொன்றுவிட மெர்ஸ்ஸியே முயன்றார். சபீன், பாரீசிலிருந்து மர்செய் வழியாகக் கதூலூப் தீவுக்குத் தப்பிச் சென்றாள். மர்செய் துறைமுகத் தொழிலாளி சபீனுக்கு உதவினான். பூமிதாவை அவனிடம் அடைக்கலப்படுத்திவிட்டுச் சென்றவள் எட்டு ஆண்டுகளுக்குப் பிறகு மீண்டும் மர்செய் திரும்பி தன் மகளுடன் இணைந்தாள். அந்தத் தொழிலாளியை மறுமணம் செய்துகொண்டாள். இதையெல்லாம் என்னைத் தேடிவந்த என் மகள் மூலம் தெரிந்துகொண்டேன். தன் அம்மா வாங்கித்தந்த இந்த வீட்டிற்கு என்னைத் தேடி அன்று வந்தவள், எட்டு மாதங்கள் என்னுடன் வாழ்ந்தாள். வரலாற்று வெளியில் திக்கற்று அலைந்துகொண்டிருந்த எனது வாழ்க்கைக்குப் புதிய

வெளிச்சம் கிடைத்தது. தன் அம்மா சென்ற அதே வழியில் பழைய துறைமுகத்திலிருந்து படகிலேறி என்னைப் பார்த்துக் கையசைத்தபடியே மர்ஸெய் புறப்படத் தயாராக இருந்த கப்பலுக்குச் சென்றாள். புறப்பட்ட கப்பலின் அந்தச் சைரன் ஒலி இன்றும் என் செவிகளில் ஒலித்துக்கொண்டிருக்கிறது. அதற்குப் பிறகு என் மகளை மறுபடி சந்திக்கவேயில்லை. அவளைப் பற்றிய எந்தவொரு தகவலும் இல்லை. இன்று அவளுக்கும் எனக்குமிடையே ஒரு நூற்றாண்டு இடைவெளி.'

5

“நீ ஒரு கதைசொல்லி என்றுதான் நினைத்திருந்தேன்; நீ கதைகளால் ஆனவன் என்பதை இன்றுதான் தெரிந்துகொண்டேன். பூமியிலுள்ள உயிரினங்களில் மனிதவுயிரிக்கு மட்டுமே வரலாறு உருக்கொள்கிறது. அத்தனை கோடி மனிதர்களாலும் உருவாக்கித் திரட்டி உருட்டிய கதை இந்தப் பூமியைவிடப் பெரியது. ஒவ்வொரு காலகட்டத்திலும் உலக மக்கள் தொகையைவிடக் கதைகளின் எண்ணிக்கை அதிகம். நம் முன்னோர்கள் பூமியில் நமக்காக விட்டுச்சென்றவை கதைகளைத் தவிர வேறில்லை. நாமும் அதைத்தான் செய்கிறோம். நாளைய மனிதரும் அதையேதான் செய்வார்கள். மாதவா, உனக்குத் தெரியுமா, சோறில்லாமல் அன்னம் தண்ணீர் ஆகாரமில்லாமல் ஒருவாரம்கூட வாழலாம், ஆனால் கதைகளில்லாமல் ஒரு பொழுதுகூட வாழவியலாது. சொல்லாடல் என்பதே கதைகூறல்தான். இன்றைய நவீன உலகில் செய்தி ஊடகங்களின் பெருக்கம்; இவை உருவாக்கும் கதையாடல்களின் திளைப்பில் நாம் மூழ்கி மூச்சுத் திணறுகிறோம். ஹீரோஷிமா ஒரு கதை. அக்கதை சொல்லப்பட்ட அன்று நான் நாகசாகியில் இருந்தேன். விபரீதம் உணர்ந்து அன்று மாலையே புறப்பட்டு இந்தோசீனக் கடலில் பயணப்பட்டேன். பிறகு, நாகசாகியின் மீதும் ஒரு கதை கூறப்பட்டது. ஹீரோஷிமா, நாகசாகி; இரண்டும் ஒரே கதைதான்; ஆனால், கூறப்பட்ட முறை வேறுவேறு. போர் என்பது கதைச்சிதைவு. கருச்சிதைவும் கதைச்சிதைவும் ஒன்றுதான். போர் வெளியில் கதைகளைச் சுமந்து செல்லும் கழுதைகள் நாம்.”

‘இருக்கலாம். திருப்பிச் சொல்லும்போது எல்லாமே கதைகூறலாகத்தான் எஞ்சுகின்றன. பிரெஞ்சு மொழியில் கதை என்பதையும் வரலாறு என்பதையும் ‘இஸ்துவார்’ என்னும் ஒரே பெயர்ச்சொல்லால்தான் குறிப்பிடுகிறார்கள். இயன்றவரை என் வாழ்வின் எல்லா நிகழ்வுகளையும் நான் கதைகளாகவே நினைவுகூர்கிறேன். அதனால்தான் பாரதகண்டத்தில் நிகழ்ந்த

மாபெரும் போரை ஒரு கதைகூறலாக நினைவின் பரப்புகளிலும் காலத்தின் அடுக்குகளிலும் நிலைநிறுத்திய வியாசன் என்ற கவி உலகின் மாபெரும் கதைசொல்லியாகத் திகழ்கிறான். உலகிலுள்ள மொழிகளில் புதைக்கப்பட்ட கதைகளைத் தோண்டினால் எலும்புக்கூடுகளும் மண்டையோடுகளுமே மிஞ்சும். நம் வீட்டின் ஜன்னலைத் திறந்தால் தெரிகிறதே கடல், அதன் ஓரமாக ஒரு கிலோமீட்டர் வடக்கே நடந்தால் ஒரு மாபெரும் இடுகாட்டிற்குச் சென்று சேரலாம். கடல் மணலில் புதைக்கப்பட்ட பிணங்களை நாய்கள் சிரமமின்றித் தோண்டியெடுத்துத் தின்னும். புதுச்சேரி என்ற ஊரின் வயதைவிட இந்த இடுகாட்டின் வயது அதிகம். தொண்டைமண்டலக் கடலோர மீனவ கிராமத்தில் வந்திறங்கிய பிரஞ்சுக்காரர்கள் அதைப் பொந்திஷேரி என்ற மாபெரும் நகரமாக உருவாக்குவதற்குத் தேர்ந்தெடுத்ததன் முக்கியக் காரணம், அருகில் இந்த இடுகாடு இருப்பதேயாம். ஓர் இடுகாட்டைத் தேர்ந்தெடுத்தபிறகு அதற்கேற்ப நகரத்தை உருவாக்கிய பெருமை பிரஞ்சுக் காலனியவாதிகளுக்கு உண்டு. நான் இந்த நகரம் உருவான காலத்திற்கு முன்பிருந்தே இந்தப் பகுதிகளில் சுற்றித் திரிந்தவன். நகரம் உருவான பிறகு இந்த இடுகாட்டில் மண்டையோடுகளைச் சேகரித்து மாட்டுவண்டியில் ஏற்றிச்சென்று கெடிலம் ஆறு கடலில் கலக்கும் இடத்தில் அமைந்திருந்த ஒரு கிட்டங்கியில் விலைக்குக் கொடுப்பேன். வெளிநாட்டு வியாபாரி ஒருவர் அவற்றை நல்ல விலைகொடுத்து வாங்குவார். பல்வேறு பகுதிகளிலிருந்து மாட்டுவண்டிகள் அங்கு வந்துபோகும். பரபரப்பான அந்த இடத்தில், உப்பளங்களில் கோபுரம் கோபுரமாகக் குவித்து வைக்கப்பட்டிருக்கும் உப்புக்குவியலைப் போல மண்டையோடுகள் வெள்ளிக் கோபுரங்களாய் வெயிலில் தகதகக்கும். மண்டியில் மண்டை வெல்லத்தைப் பெரிது சிறிதாய் இனம்பிரித்து அடுக்கி வைத்திருப்பதைப் போல மண்டையோடுகள் வகைபிரித்து, தஞ்சை பெரியகோயில் கோபுரம்போல அடுக்கப்பட்டிருக்கும். தரங்கம்பாடியிலிருந்து டச்சுக்காரர்கள், பொந்திஷேரியிலிருந்து பிரெஞ்சுக்காரர்கள், திருச்சிராப்பள்ளியிலிருந்து கிழக்கிந்தியக் கும்பெனியார் குதிரை வண்டிகளில் வந்து ஏலம் கேட்பார்கள். ஓடுகளைக் கப்பல்களில் தங்களுடைய தேசங்களுக்கு ஏற்றியனுப்புவார்கள். அவற்றை இழைத்து, வண்ணங்கள் தீட்டிக் கலைப்பொருட்கள், விளையாட்டுப் பொம்மைகள், மதுக்குடுவைகள் போன்றவை செய்யப்பட்டனவாம். வீடுகள், கோட்டை மதிற் சுவர்களின் விளிம்புகளில் வரிசையாகப் பதிப்பதற்கும் பயன்பட்டனவாம். தோட்டங்களில், புல்வெளிகளில் ஆங்காங்கே நிறுத்தி ஓட்டிற்குள்

மெழுகுவத்தி ஏற்றிவைக்கக் கண்கள், வாய் முதலான ஓட்டைகள் வழியாக ஒளி வெளிப்பட்டுப் பார்க்க அழகாக இருக்குமாம். காபாலிகனுக்கு மண்டையோடு பிச்சைப் பாத்திரமாகப் பயன்பட்டது; அதன் உருப்படியான பயன் வரலாற்றில் இது மட்டும்தான். உண்மையில், மண்டையோடுகளை அல்ல; அவை கூறும் கதைகளையே இந்நிலப் பகுதியிலிருந்து ஏற்றுமதி செய்துள்ளனர்.'

"உனது காலம் எனக்குத் திகைப்பை ஏற்படுத்துகிறது. என்னைவிட ஏறக்குறைய நூறு ஆண்டுகள் மூத்தவன். சங்ககாலத்தில் வாழ்ந்த மனிதரில் ஒருசிலர் கொல்லிமலைக் குகைகளில் இன்றும் உயிர்த்திருப்பதாக சென்ற வாரம் நடைபயிற்சியிலிருந்தபோது குறிப்பிட்டாய். மரணமற்ற பெருவாழ்வு பற்றிய ஏக்கம் மனிதகுலம் முழுமைக்கும் உண்டு. நான் இரண்டு உலகப் போர்களைப் பார்த்தவள். அவற்றினூடாக வாழ்ந்தவள். புதுச்சேரியிலிருந்து பிரான்சுக்குச் சென்று செஞ்சிலுவைச் சங்கத்தில் தன்னார்வத் தொண்டு செய்தவள். ஒரே சமயத்தில் அதிகபட்சப் பிணங்களைப் பார்த்தவள் நானொருத்தியாகத்தான் இருப்பேன். இக்கணம் உலகில் பிறக்கும் மனிதரைவிட இறக்கும் மனிதரின் தொகை அதிகம். வரலாற்றில் எந்தக் காலத்தையும்விட இன்று மனிதர்க்கு மரணமற்ற பெருவாழ்வு பற்றிய ஏக்கம் அதிகரித்துள்ளது. நீ இன்றுவரை புதுச்சேரியின் எல்லைகளைத் தாண்டியதில்லை என்கிறாய். நான் ஏழு கண்டங்களுக்கும் சென்று வந்தவள். நான் பல தேசத்தவரை மணந்திருக்கிறேன்; அது பற்றிய கணக்கு என்னிடமில்லை. என் விருப்பமில்லாமல் என்னை யாராலும் தொடமுடியாது. திட திரவ வாயு நிலைகளில் என்னால் உடனுக்குடன் உருமாற முடியும். ஒரு மனிதவுயிரி தான் சாகும்வரை மனிதராகவே வாழ்ந்து சாவதுதான் எல்லாப் பிரச்சனைகளுக்கும் மூல காரணம். கூடுவிட்டுக் கூடுபாயும் அறிவு நம் மரபிலுண்டு. அதைவிட்டு நாம் விலகிவந்துவிட்டோம். உயிரற்ற அஃறிணை உடலுக்குள் கூடுபாய்ந்து சில பொழுது அதுவாக வாழ்ந்து பார்த்தால் மனித உடம்பின் மகத்துவம் விளங்கும். போட்டிபோட்டுக்கொண்டு போராயுதங்களை ஆக்கிக்குவிக்கும் மனிதவர்க்கம் எந்தவிதத்திலும் பச்சைக் குழந்தையைக் கவ்விக் கொண்டோடும் ஓநாயைவிடச் சிறந்தது இல்லை."

'தேவகி, என்னைக் கதைகளாலானவன் என்றாய். நான் யாருடைய கதைகூறலுக்குள்ளோ வாழ்வதாக அடிக்கடி தோன்றுகிறது. ஆனால் உன் எதிரே ரத்தமும் சதையுமாக நிற்கிறேன். உரையாடுகிறேன். முந்நூறு ஆண்டுகளாக மாட்டிறைச்சி

சமைத்துக் கொண்டிருக்கிறேன். நான் நல்லவனுமில்லை கெட்டவனுமில்லை; அவற்றிற்கு அப்பாலானவன். நான் இதுநாள்வரை எந்தவொரு போரிலும் கலந்துகொண்டதில்லை. என்னால் என் எதிரியைக்கூடக் கொல்லமுடியாது. இதுவரை நான் யாரையும் கை நீட்டி அடித்ததில்லை; ஆனால் வரலாறு நெடுகிலும் அடிவாங்கி யிருக்கிறேன். இந்த மனநிலை தமிழனுக்கு மட்டுமே வாய்க்கக்கூடியது. என்னுடைய மாய யதார்த்த வாழ்க்கையில் நான் எந்தவொன்றையும் திட்டமிடுவதில்லை; அது அதன் போக்கில் நடக்கிறது. சில செயல்களில் நான் முன்கூட்டிய தீர்மானத்துடன் இருப்பேன். உன்னை இந்நூற்றாண்டின் இறுதியில் சந்திப்பேன் என்ற உள்ளுணர்வு எனக்கிருந்தது. அந்த இரவில் கடலைப் பார்த்தபடி நீ நின்றிருந்தபோது, உனக்காகத்தான் காலவெளியில் நான் காத்திருக்கிறேன் என்ற உரிமையோடு எந்தவொரு மனத் தடையுமில்லாமல் உன்னிடம் பேசினேன். எனது அணுகுமுறை உன்னைக் கவர்ந்துவிட்டது. நான் கோர்த்துப் பேசிய சொற்களின் கவித்துவம்; ஆம், இயல்பிலேயே தமிழ் மொழி அத்தனை கவித்துவமானது; என்னை உனக்கு அடையாளம் காட்டிவிட்டது. ஒழுங்காகத் தமிழ் பேசி வாழ்ந்தாலே நம் மக்களின் ஆயுள் கூடும். நல்ல தமிழ் பேசுபவர்க்கு ரத்த அழுத்தம், நீரிழிவு, மாரடைப்பு, முடக்குவாதம் போன்றவை தாக்காது. தேவகி, சிரிக்காதே, தமிழுக்கு மருத்துவக் குணமுண்டு, இது இயற்கையாகவே மூலிகை மொழி, தமிழ் பேசினால் நூறு வயதுவரை வாழலாம். அதனாலேயே சித்தர்கள் கவிஞர்களாகவும் மருத்துவர்களாகவும் திகழ்கிறார்கள். ராமலிங்க வள்ளலாருக்கு மரணமில்லை; அவர் சித்தமும் என் சித்தமும் ஒரு புள்ளியில் கூடிவரும்போது என் கண்ணுக்குப் புலப்படுவார். நான் இந்த ஊரைத் தாண்டிப் போகாததற்குக் காரணம், இது சித்தர் பூமி. இதன் எல்லை தாண்டிப்போனால் நான் செத்துவிடுவேன். தேவகி, தமிழுக்கு மரணமில்லை. உலகிலுள்ள எல்லாச் செம்மொழிகளையும் செத்த மொழி என்கிறார்கள்; தமிழுக்கு அந்த நிலை ஒருபோதும் வராது; காரணம், தமிழுக்குள் சித்தர்கள் வாழ்கிறார்கள், சித்தருக்கு மரணமில்லை.'

"மாதவன் என்ற இப்பெயரை உனக்கு யார் வைத்தது?"

'தெரியவில்லை. அம்மா, அப்பா என்ற ஆக்கப்பூர்வ உறவுகள் எனக்கு இல்லை. எந்தக் காலத்திலிருந்து இந்தப் பெயர் என்னோடு ஒட்டிக்கொண்டது என்பதும் மறந்துவிட்டது. என் மகளின் கடவுச் சீட்டில் பூமிதா என்ற பெயருக்குப் பக்கத்தில் மாதவன் என்ற பெயரைப் பார்த்த கணம் என்னுள் தந்தைமை ஊறியது. மதாம் துய்ஷாம்ப் தன் மகளுக்கு என்னைப் பெயரடையாளப்படுத்தித்

தந்தையாக்கிய தயாள குணம் வியப்பளிக்கிறது. எனது காலம் நெடுகிலும் எண்ணிலடங்கா பெண்களைப் புணர்ந்திருக்கிறேன். ஆனால் எவளொருத்தியையும் நான் காதலித்ததில்லை. வாழ்க்கையில் முதன்முதலாக, தேவகி உன்னைத்தான் காதலிக்கிறேன். இன்னும் சில காலம் புதுச்சேரியிலேயே இருந்திருந்தால் என் மகளின் அம்மா என்னுடைய முதல் காதலி என்றாகியிருப்பாள். சபீன் என்ற அப்பெண்ணை மறக்கமுடியாது. அவள் என்னைத் தந்தையாக்கினாள்.'

"தந்தைமை என்ற சொல் ஆழமும் கனமும் கூடியது. தாய்மை என்ற பதத்திற்கு எதிர்ப்பதமாகத் தந்தைமையை நீ கூறவில்லை. ஆணையும் பெண்ணையும் எதிரெதிராக நிறுத்துவதில் எனக்கும் உடன்பாடில்லை. ஓர் உடம்பை ஒற்றையாக நிறுத்தி எதிர்கொள்வதில் வரும் பிரச்சினை இது. உடம்பு என்பது ஒரு பிரதி. ஒரு பிரதி பன்முக வாசிப்பைக் கோரும்போது, ஓர் உடம்பை ஒற்றைப் பாலடையாளத்துக்குள் ஒடுக்கும் வன்முறையைச் சமூக இலக்கணம் வரையறுக்கிறது. பிறந்ததிலிருந்து சாகும்வரை ஒற்றைப் பாலடையாளத்திற்குள் அடைபட்டுப் பால் கைதிகளாக வாழ்கிறோம். நேர்க்கோட்டு வாசிப்புக்குப் பழக்கப்பட்டுவிட்ட நம் உடம்பைக் கலைத்துப் போடவேண்டும். புலன்களாகப் பிரித்து அவற்றைத் திசை மாற்றிக் கோர்க்க வேண்டும். ஐம்புலன்களும் ஐந்திணைகளும் திரிந்து புதிய பொருண்மைகளை உருவாக்கவேண்டும். உடம்பைப் புதிய வாசிப்புக்கும் பொருளுரைப்புக்கும் உள்ளாக்கும்போது; இயற்கை நம் உடம்பு மீது செலுத்திவரும் ஒற்றைப் பாலடையாள வன்முறைக்கு எதிராகப் பன்முகப் பால் பிரதியாக அதை முன்நிறுத்த முடியும்."

6

'இந்த நாடகத்தின் ஆரம்பக் கதைப் போக்கிலிருந்து நாம் விலகி வந்துவிட்டோம். இந்தக் கடலோர நகரத்திற்கு நாம் வெளியிலிருந்து வந்தவர்களாக இந்நாடகத்தை ஆரம்பித்தோம். பிறகு நாடகப்போக்கில் நமது சொந்த வாழ்க்கையை நுழைத்துவிட்டோம். நான் காலத்தைக் கடந்தவன். நீ இந்த ஊருக்கு வந்ததிலிருந்து என்னைப் பின் தொடர்பவள்.'

"இந்த நாடகத்திற்கு வெளியே நீயுமில்லை, நானுமில்லை, இந்த ஊருமில்லை. நாம் ஒரு கதைகூறலுக்குள் வாழ்கிறோம். நாம் அடிப்படையில் ஒன்றுமில்லை; ஒரு கதைகூறலைத் தவிர. வரலாறு என்பது நிகழ்வுகளால் உருவாவதில்லை; நிகழ்வுகளைப் பற்றிய சொல்லாடல்களால் உருவாவது. அதில் வெள்ளிவீதியும் வருவாள், இடி அமீனும் வந்துபோவார். கதைக்குள் வாழும்போது வலியுமில்லை கண்ணீருமில்லை. வரலாற்றிற்குள் வாழும்போது தன்னிலை என்பது இல்லை. இந்த நாடகத்திற்குள் நமது சொந்த வாழ்க்கையை நுழைத்துவிட்டோம் என்கிறாய். இந்திய நிலப்பகுதிக்குள் நம் ஒவ்வொருவரின் வயது, ஐயாயிரம் ஆண்டுகள்."

'சரியாகச் சொன்னாய். என் தலைமீது ஐயாயிரம் ஆண்டுகளைச் சுமந்துகொண்டு என் சொந்த வாழ்க்கையை நடித்துப் பார்க்க என்ன இருக்கிறது? சுயசரிதை எழுதுபவர்களைப் பார்க்கப் பயமாக இருக்கிறது. உலக வரலாறு என்ற நூல்தான் ஒவ்வொருவரின் சொந்த வாழ்க்கைக் கதையாக இருக்கும். தனிப்பட்ட வரலாறு தனியொருவருக்கு இல்லை.'

"மரணமற்ற பெருவாழ்வு என்று அடிக்கடி சொல்கிறாய்; அது வரலாற்றுத் தொடர்ச்சி என்பதைத் தவிர வேறில்லை. வரலாற்றில் வாழ்வது, மனித குலத்தின் பெரு விழைவாக உள்ளது."

'மகரி தூங்கி எழுந்துவிட்டாளா? ஓ, இன்று ஞாயிற்றுக் கிழமை. பள்ளி விடுமுறை நாளென்றால் குழந்தைக்குக் குதூகலம் கொப்புளிக்கும். வாரத்தில் மற்ற ஆறு நாட்களில் உலகை உருவாக்கிவிட்டு ஏழாம் நாள் கடவுள் ஓய்வெடுக்கிறாள்.'

"அவள் படைத்தவற்றில் அற்புதமானவை எவை தெரியுமா, நீயும் நானும்."

'உறங்கும் குழந்தையைப் போலப் பூமி பாதுகாப்பாக இருக்கிறது. குழந்தை இயேசுவை யாரும் சிலுவையில் அறையமாட்டார்கள்.'

"மொட்டைமாடிக்குச் சென்று கடலைப் பார்ப்போமா? கடலையும் ஓடும் ரயிலையும் பார்க்கச் சலிப்பதில்லை. நான் சகாரா பாலைவனத்தில் குறுக்கும் நெடுக்குமாக ஆறுமுறை பயணித்திருக்கிறேன். உலகத்தில் பயங்கரமான தனிமை எது தெரியுமா? பாலைவனத்தில் தனித்திருப்பது. தனித்திருப்பதில் இல்லை; என்னோடு தாவரங்கள் இல்லாதிருப்பதில்தான் தனிமையை உணருகிறேன். பாலையில் ஒரு சிறிய முட்செடி என் தனிமையை இல்லாமலாக்கிவிடும். பார்வைக்கு எட்டிய தூரத்தில் நீர்ப்பரப்புத் தெரியும்போது தனிமை என்னைத் தீண்டுவதில்லை."

'ஆம், கடற்கரையில் யாரும் தனிமையை உணருவதில்லை. கடலைவிட்டு விலக விலக, கடலுக்கும் நமக்குமான வெற்றிடத்தைத் தனிமை நிரப்புகிறது. என் மகள் இந்தக் கடல் வழியேதான் என்னைப் பிரிந்துச் சென்றாள். எத்தனை இரவுகள் இதே மாடியில் நின்று இந்த நீர் வெளியை வெறித்திருப்பேன். எங்கிருந்தோ வந்தாள். எட்டு மாதங்கள் என்னுடன் இருந்தாள். என் மகளினூடாகத்தான் அவளுடைய அம்மாவைத் தொட்டேன். சபீன். ஒரேமுறை சமயலறையில் வைத்து அவளுடன் இணைந்தேன். இருபத்தோர் ஆண்டுகளுக்குப் பிறகு, அவள் வயிற்றிலிருந்து, வளர்ந்த மகள் இதே கடல் வழியே என்னைத் தேடி வந்தாள். சபீனுக்கு விதம்விதமாகச் சமைத்துப் போட்டேன். பதிலுக்கு அவள் எனக்கொரு மகளைச் சமைத்துத் தந்தாள். என் உயிர்த் தொடர்ச்சி. பூமிதா மூலம் மாதவனின் மரணமற்ற பெருவாழ்வு தொடரும்.'

"என்னைச் சுற்றிலுமிருப்பவர்கள் செத்துக்கொண்டே இருக்கிறார்கள். பாம்பு தோலுரித்துக் கொள்வதைப்போலப் பூமி தன்னைப் புதுப்பித்துக் கொள்ளவேண்டித் தினந்தோறும் மனிதர் சாகின்றனர். நான் ஆயிரம் வயது கொண்ட ஒரு மரத்தைச் சந்தித்தேன். அந்த மரத்தை எனக்கு அறிமுகம் செய்தவர்கள் அதைக் கண்டு நான் பிரமித்து நிற்பதைக் கண்டு வியந்தார்கள். ஓர் உயிருள்ள மரத்தின் வயது ஆயிரம். இங்கு ராசராசசோழன் கட்டிய கோயிலுக்கும் இன்று அதே வயது. நான் மரத்தைப் பார்த்து ஐம்பதாண்டுகள் ஆகின்றன. கோயிலைவிட மரம் வயதில் மூத்தது. அந்த மரத்துடன் நானிருந்த ஒருமணி நேரம் என் வாழ்வின் அரிய தருணம். மகாபாரதத்தைத் தாண்டிய ஒரு மகா காவியம் அந்த

மரத்தின் வாழ்வில் இருக்கிறது. ஆயிரம் என்ற எண்ணிக்கையில் இல்லை; அந்த மரத்தின் வாழ்விலிருக்கிறது பிரபஞ்ச அதிசயம். அப்பகுதியின் பழங்குடிகள் அம்மரத்தைத் தெய்வம் என்கின்றனர். அந்த இனத்தைச் சார்ந்த வேறொரு மரம் அங்கு இல்லை. அந்தக் கண்டத்திலுமில்லை, வேறெந்தக் கண்டத்திலுமில்லை. உலகத்தில் இந்த ஒரேவொரு மரம்தானிருப்பதாகத் தாவரவியல் அறிஞர்கள் சொல்கிறார்கள். சகாராவில் ஒரு கொற்றவை மரம். மரணமற்ற பெருவாழ்வு மரத்திற்குமுண்டு."

'மரணம் என்ற சொல்லுக்குள் மரம் இருக்கிறது. கூடவே மணம் இருக்கிறது. மணம் தரும் மரம் சந்தனம் மணக்கும் மரணம்; ஆறாத ரணம்.'

"ஐயா புலவரே உம் தமிழ் கேட்டுக் கடல் பயந்து உள்வாங்குகிறது. இன்று ஞாயிற்றுக் கிழமை. புதியதாக மாட்டிறைச்சி கிடைக்கும். அதைப் பக்குவமாகச் சமைப்பதில் நீ கைதேர்ந்தவன். வேகும்போதே சமையலறையில் புணர்ச்சி வாடை கமகமக்கும். கடலில் நீந்தும் டால்ஃபின்களைப் புணரும் பழக்கமுடையவன் நீ எனக் கேள்விப்பட்டிருக்கிறேன், உண்மையா?"

புணர்ச்சி வாடையை நுகர்ந்து நாளாகிவிட்டது. இப்பொழுதெல்லாம் டால்ஃபின்கள் இந்தக் கடல் பக்கம் வருவதேயில்லை. மரணம்தான் எனக்கு வாய்க்கவில்லையே என்று கடலில் விழுந்து தொலைந்துபோக முயன்றேன்; டால்ஃபின்கள் கூடி என்னை இழுத்துவந்து மீண்டும் இந்தக் கரையில் விட்டுவிட்டுச் சென்றன. நீ கண்டங்களைக் கடந்து சென்றவள்; நானோ பெருங்கடல்களைக் கடந்து சென்று வந்தவன். நீ நிலத்தால் ஆனவள் என்றால் நான் நீரால் ஆனவன்.

"எல்லா இடத்திலும் ஒரே கடல். மனிதரின் கால்பட்ட இடமெல்லாம் நிலம் அவர் முகம் கொண்டுவிடுகிறது. அதனால்தான் ஊருக்கு ஊர் நாட்டுக்கு நாடு நிலம் ஒரே முகத்திலிருப்பதில்லை. நீருக்கு எல்லா இடத்திலும் ஒரே முகம். அது நீரின் முகம். நிலத்திற்குச் சொந்த முகம் இல்லை. நீரில் தடம் பதிவதில்லை."

'மூன்று நூற்றாண்டுகளுக்கும் மேலாக இந்தப் பூமியில் வாழ்கிறேன். எனக்கென்று ஒரு குடும்பம் அமையவில்லை. இந்தப் பூமியில் நிகழும் எல்லாவற்றையும் வேடிக்கை பார்க்கிறேன்; அவற்றில் பங்கெடுக்கவில்லை. வெளியிலிருந்து வந்தவனைப் போலவே இருக்கிறேன். நான் அந்நியன், ஒரு வேற்றுக்கிரகவாசி. என்னுடன் யாருமே இல்லை. பூமியின் சுழற்சிக்கு எதிர்த்திசையில்

இயங்குகிறேன். அதன் இயக்கத்தோடு இயைந்து போகாதவர்களை அது பிதுக்கி வெளித்தள்ளிவிடும். நீதான் என்னுடன் முதல்முதலாக இருக்கும் சக இருப்பு. என் வாழ்க்கையில் நண்பர்கள் என்று யாரும் இல்லை. பெண்களிடம் மட்டுமே பழகியிருக்கிறேன்; அதிலும் ஒரு வாரத்திற்கு மேல் யாருடனும் தொடர்ந்ததில்லை. பிறந்ததிலிருந்து முந்நூறு ஆண்டுகளாக நாத்திகனாகவே வாழ்கிறேன். கடவுள் இல்லாத; ஆனால், கடவுள் பற்றிய கருத்தாக்கம் மட்டும் உள்ள உலகில் எல்லாரையும்விட நான்தான் மூத்தவன் என்ற ரகசியத்தை உன்னைத் தவிர வேறு யாரிடமும் சொல்லியதில்லை. நீயும் என்னைப் போலவே மரணமற்றவள் என்பதை அறிந்தபிறகு உன்னிடம் சொன்னேன். உனக்கு மட்டுமே மிக இயல்பான செய்தியாக அது இருந்தது. இது நாள்வரை பயமற்று இருந்தேன். நீயும் ஒரு குழந்தையும் என்னோடு சேர்ந்தபிறகு பயம் என்ற உணர்வு என்னை ஆட்கொள்கிறது. நேற்று நம் வீட்டுத் தெருவிலிருக்கும் அங்காளம்மன் கோவிலுக்குச் சென்றேன். கோயிலில் பக்தர்கள் யாருமில்லை. முற்பகல் பதினோரு மணி. மலையாளத்தான் செட்டியார் உபயம் செய்திருந்த சுவர்க்கடிகாரம் ஒலித்தது. உள்நுழைந்த கடல் காற்று குளுகுளுவென்று சுழல, பூசாரி கண் திறந்து என்னைப் பார்த்துவிட்டு, மீண்டும் இமைகளை இழுத்துப் போர்த்திக்கொண்டு தூங்கினார். வராதவன் வந்திருக்கிறானே என்று அம்மன் என்னைப் பார்த்துச் சிரித்தாள். நான் இமைகளைத் தாழ்த்திக் கும்பிட்டேன். நான் பார்க்கக் கட்டிய கோயில் இது. அம்மன் என்னைவிட இளையவள்; எனவே நான் கும்பிட்டதும் அவளுக்கு வெட்கம் வந்துவிட்டது. என் வயதிற்குச் சிறு பெண். நான் அவளுக்கு மூத்த அண்ணன். எனவே சிரித்துவிட்டாள். பெண்ணின் சிரிப்பொலி கேட்டு, பூசாரி பாவாடைக் கவுண்டர் தூக்கம் கலைந்து எழுந்துகொண்டார். பூசாரி எழுந்துகொண்டதும், அம்மன் உதட்டைக் கடித்துச் சிரிப்பை அடக்கிக் கொண்டாள். அவள் செய்கையைப் பார்த்து நானும் அடக்க முடியாமல் சிரித்துவிட்டேன். பூசாரி என்னை மேலும் கீழும் பார்த்தார். கருவறைக்குள் சென்று அம்மனுக்குச் சூடம் ஏற்றி, அவளையும் மேலும் கீழும் பார்த்தார். சுடரொளியில் அம்மன் என்னைப் பார்த்து முறைப்பது போல் இருந்தது. அவள் முகத்தில் ஏன் இந்தத் திடீர் மாற்றம்? வெளியில் வந்த பூசாரி தீபத்தட்டை என் எதிரில் நீட்டினார். சுடரைக் கண்களில் ஒற்றிக்கொண்டு, பத்து ரூபாயைத் தட்டில் போட்டுவிட்டு, அவர் கிள்ளித்தந்த குங்குமத்தை நெற்றியிலிட்டுக் கொண்டேன். குங்குமத்தின் வெளவால் வாடை என் சுவாசத்தை இடறியது. நூற்றாண்டுகளாக என்னைத் தொடர்ந்துவரும் இந்த வாடை கடவுளின் வாசனையா? இணைந்த

யோனியையும் லிங்கத்தையும் வணங்கும் தமிழர் எத்துணைப் புராதனமானவர்? இவர்கள் ஆத்திகரா, நாத்திகரா? தமிழரின் ஆழ்மனம் இக்கேள்வியின் புதைசேற்றில் நூறு நூற்றாண்டுகளாய்ப் புதைந்து கிடக்கிறது. தமிழரின் தொல்மனத்தோடு இருப்பதால்தான் நான் சாகாமலிருக்கிறேன். நான் ஆத்திகனானால் செத்துவிடுவேன், அதுதான் பயத்தைத் தருகிறது. தனியனுக்குக் கடவுள் இல்லை, எனவே மரணம் இல்லை. இன்று நான் தனியனில்லை, உன்னோடும் குழந்தையோடும் இருக்கிறேன்.'

7

“**மா**தவன் நீ என்ன பேசுகிறாய்? நானும் நீயும் மரணத்தை வென்றவர் இல்லை; மரணத்தை இன்னும் எதிர்கொள்ளாதவர். உன்னைக் கடற் கரையில் சந்திக்காமல் இருந்திருந்தால் மீண்டும் பிரான்சிற்குச் சென்றிருப்பேன். நான் பிரஞ்சுக் குடியுரிமை பெற்றவள் என்பதை மறந்துவிடாதே. நான் உன்னுடன் இருப்பதில் அப்படி என்ன மரண பயம்? நான் மூகரியைத் தூக்கிக்கொண்டு பிரான்சுக்குச் சென்றுவிடுகிறேன். நான் உனது சாவிற்குக் காரணமாக இருக்கமாட்டேன். பக்கத்து நாடான இலங்கையில் தனி நாடு கேட்டுப் போராடிய தமிழர்கள் முப்பது ஆண்டுகளில் இரண்டு லட்சத்திற்கும் மேல் செத்தார்கள். பதினைந்து லட்சம்பேர் நாடற்றவர் ஆனார்கள். சொந்த மண்ணில் மிச்சம் மீதி உயிரோடு இருப்பவர்கள் இன்று தனி நாடு கோரிக்கையைக் கைவிட்டுவிட்டு ஒருவித சமாதான உடன்படிக்கைக்கு வந்துவிட்டார்கள். தொடர் போரில் செத்தவர்கள் அர்த்தமற்றுப் போய்விட்டார்கள். புரட்சியாளர் வேலுப்பிள்ளை பிரபாகரன் செத்துவிட்டாரா, உயிரோடு இருக்கிறாரா? இந்திய மரத்தமிழர் பட்டிமன்றம் நடத்துகிறார்கள். நீ மரணமற்ற பெருவாழ்வு பற்றிப் பிதற்றிக்கொண்டிருக்கிறாய். நீ உயிருள்ள கருவாடு, எந்தவித சமூக உணர்ச்சியுமற்றவன். அதுசரி, நீ உயிரோடு இருக்கிறாய் என்று எதை வைத்துச் சொல்கிறாய்? நான் எனது பிணத்தை வரலாற்று வெளியெங்கும் சுமந்து திரிகிறேன். நான் ஹிட்லரின் வதைமுகாமில் இருந்தவள். இரண்டாம் உலகப்போர் முடிவுக்கு வரும்வரை பல நாட்கள் பிணக்கிடங்கில் சடலங்களோடு சடலமாகக் கிடந்தவள். மரணமற்ற என் உடம்பைத் துளைக்கும் சக்தி தோட்டாக்களுக்கு இல்லை. உனக்கு என்ன வேண்டுமோ அதை என் உடம்பில் தேடாதே.”

‘தேவகி, நான் பேசியதை நீ தவறாகப் புரிந்துகொண்டாய். எனது சொற்களுக்கு மேம்போக்கான பொருள் கொள்வது, மெய்ப்பொருள் காண்பதாகாது. நான் தனித்திருந்தே பழகிவிட்டவன். உனக்கான

ஒரு நாள் என்பது இருபத்து நான்கு மணி நேரம் கொண்டது. அதுவே எனக்கு நாற்பத்தியெட்டு மணி நேரம் கொண்டது. இரண்டு இரவு ஒரு பகல் உறங்கி; இரண்டு பகல் ஓர் இரவு விழித்திருப்பவன். நான் விழித்திருக்கும் பொழுதுகளை மட்டுமே கணக்கிட்டு எனது காலத்தை வரையறுத்து என் வயதைக் கணக்கிடுகிறேன். காலம் பற்றிய மேலதிகப் பிரக்ஞையால் அவதிப்படுகிறேன். உன்னுடன் நான் உரையாடும்போது நீ விவரிக்கும் உனது அனுபவங்கள் யாவும் உடனுக்குடன் எனது அனுபவங்களாகி விடுகின்றன. பாலைவன மணற் புயலில் சிக்கிக்கொண்டதைப் பற்றிச் சொன்னாய்; தூங்கி விழித்ததும் என் தலைமுடிக்குள் மணலாக இருந்தது. நீ விவரிக்கும் ஓர் இடம் நான் ஏற்கனவே பார்த்துப் பழக்கப்பட்ட இடமாகவே இருக்கிறது. உனது அனுமதி இன்றியே உனது மன வெளிக்குள் நான் ஊடுருவிவிடுகிறேன். இப்படியாகப் பிறருடைய காலத்தையும் வெளியையும் நான் களவாடிவிடுகிறேன். அதனால்தான் என்னுடன் நீண்ட உறவாடலை யாரும் தொடர்வதில்லை. காலம்-வெளி என்பவை பிரக்ஞை சார்ந்தவை; அவை உடம்பு சார்ந்தவை அல்ல. என்னை உயிருள்ள கருவாடு என்று சொன்னாய். என் உடம்பும் அதனுள் உறையும் உயிரும் பிரக்ஞையாலானவை; அதனால் எனக்கு வரலாறு இல்லை. எனது உடம்பு வரலாறால் உருவானது இல்லை; அது உயிர் வேதியியல் மூலகங்களால் ஆனது. நான் வரலாற்று உயிரியோ வரலாறு கடந்த உயிரியோ அல்லன்; நான் எதிர் வரலாற்றுவாசி. நாடிழந்த போராளிகள் நாடு கடந்த தேசியம் என்ற ஒன்றைக் கட்டமைக்கிறார்களே அப்படியான பௌதீகக் கற்பனைக்குள் உயிர்வாழ்கிறேன். தேவகி என்னை மன்னித்துவிடு, இன்னும் உன்னை நான் காதலிக்கவில்லை, அது பற்றி எனக்கு ஒன்றும் தெரியாது. உனது வார்த்தைகளைக் கொண்டுதான் உனக்கான காதல் வாசகங்களை நான் உருவாக்க வேண்டும். இந்தக் கருவாடு கடலிலிருந்தபோது மீனாகவே இருந்தது. அதை நிலத்திற்கு இடம் மாற்றி அதன் இயல்புத் தன்மையைப் போக்கி, நிலம் சார்ந்த ஒன்றாய் ஆக்கியது இயற்கைக்கு எதிரானது. அதற்கு நான் பொறுப்பல்லன்.'

"என்னுடம்பு ஜெல்லி மீன் போல் ஒளி ஊடுருவும் தன்மை கொண்டது. எனக்கு ஒளிவு மறைவு கிடையாது. என்னால் உனது மூளைக்குள் ஊடுருவ முடியும். என்னிடம் நீ எதையும் மறைக்க முடியாது. நீ என்னைக் கண்டு அஞ்சுகிறாய். மூன்று நூற்றாண்டுகளைக் கடந்து வாழ்வதாகக் கூறிக்கொள்ளும் நீ இன்றுவரை ஒருத்தியையும் உனது சக இருப்பாகக் கொண்டதில்லை.

நான்தான் உனக்கு உடனுறையும் முதல் பெண். ஆகவே என்னைப் புரிந்துகொள்ள முடியாமல் தவிக்கிறாய். ஆணின் மன அமைப்பு பெண்ணை எதிரிடையாக வைத்து உருவாவது. அப்படியான மனவினை உனக்கு இல்லை. உன் மனம் அஃறிணைக்குரியது. நம் வீட்டினுள் சுற்றித் திரியும் பூனைக்குள் நீயும் நானும் என்னவாக இருக்கிறோம்? அமைப்பியல் வாதிகள் சொல்லும் மொழிக்கிடங்கு பேசும் கிளிக்கு உண்டா? சங்க காலத்திலும் பாரி மகளிர் வளர்த்த கிளி பேசியது. பக்கத்து வீட்டுப் பெண் வளர்க்கும் இன்றைய கிளியும் பேசுகிறது. மொழியால் அதற்கொரு மன அமைப்பு, சங்கம் தொட்டு இன்றுவரைக்குமாக உருவாகியிருக்கிறதா? அப்படியான பேசும் கிளியின் மன அமைப்புப் போன்றதே உனது மன அமைப்பு. வேற்றுக் கிரகத்திலிருந்து பூமிக்குவந்து இங்குள்ளவற்றை வேடிக்கை பார்ப்பதாகச் சொல்கிறாய், இந்த மனோபாவம் எனக்கும் உண்டு. உலகப் போர்களின் போதும் வியட்நாம் போரின் போதும் ஆப்கன், ஈராக், ஈழம் என எல்லாப் போர்களின் போதும், குப்பைத் தொட்டியைச் சீய்த்துக் கொண்டிருக்கும் பைத்தியக்காரி ஏவுகணை தாக்கும் சப்தம் கேட்டுத் தலையை உயர்த்திப் பார்ப்பது போல நான் வேடிக்கை பார்த்துக் கொண்டிருந்தேன். நான் குரூரமானவள். மனித வெடிகுண்டாய் மாறி வெடித்துச் சிதறுவதில் போகச் சிலிர்ப்பின் உச்சத்தை எய்துபவள். நானொரு பத்திரிகையாளராக எனது பணியைத் தேர்ந்தெடுத்ததன் காரணம்; போர் நடக்கும் நாடுகளுக்குச் சென்று கண்ணெதிரே செத்துவிழும் மனிதர்களை எண்ணிக்கொண்டிருப்பதில் அலாதியான இன்பம் துய்க்கப் பாதுகாப்பான ஏற்பாடு அதில் உள்ளது என்பதால்தான். நான் குரூர ரசனை கொண்டவள்; அதுபோலவே எளிய நகைச்சுவைத் துணுக்கையும் கண்களில் நீர்வரச் சிரித்து ரசிப்பவள். இதுநாள்வரை நீ வாய்விட்டுச் சிரித்து நான் பார்த்ததில்லை. ஏழு சொற்களாலான திருக்குறளுக்கு எழுநூறு சொற்களால் விளக்கவுரை எழுதுவது போல, இரண்டுவரி நகைச்சுவைத் துணுக்கை நீ ரசிக்க இருநூறு வரிகளில் நான் விளக்கம் தரவேண்டியுள்ளது. நகைச்சுவையுணர்வு, காமவுணர்வு, தற்கொலையுணர்வு இவை உனது புலன்களிலிருந்து பூக்கவேண்டும். உனக்காக நான் அழலாம்; ஆனால், உனக்காக நான் எப்படிச் சிரிக்க முடியும்? உன்னைப் பார்க்கப் பாவமாக இருக்கிறது."

'நீ படித்தவள். உலகம் முழுவதையும் நேரடியாக அறிந்தவள். நான் பாமரன். கிணற்றுத் தவளை. எனது நிழலைத் தாண்ட முடியாதவன். வாழ்கிறேன் என்பதைத் தவிர வேறெதையும் அறியாதவன்.

கோயிலுக்குச் சென்றால் எல்லாரும் மூலவரை இடமிருந்து வலமாகச் சுற்றிவரும்போது, நான் வலமிருந்து இடமாகச் சுற்றிவருவேன். இதை நான் வேண்டுமென்று செய்வதில்லை; அது தானாகவே அப்படி ஆகிவிடுகிறது. பொதுப்புத்தியிலிருந்து விலகி ஒழுகுவதே எனது இயல்பு. நான் கோயில் கருவறையில் வௌவாலாகவும் கோபுரத்தில் புறாவாகவும் குளத்தில் மீனாகவும் அடைகிறேன். கோயில் என்பது கடவுளின் கல்லறை என்பதில் எனக்கு மாற்றுக் கருத்து இல்லை; ஆனால், கடவுளை நம்புபவன் முட்டாள் என்று சட்டையின் முதுகுப் பகுதியில் எழுதி அணிந்து செல்பவரைப் போல ஓர் அறிவிலி உலகில் இல்லை எனச் சொல்லத் தயங்காதவன். கடவுளை முன்வைத்து நடக்கும் விவாதம் போன்ற அபத்தம் வேறில்லை. புவியீர்ப்பு விசையைத் தாண்டிச் சென்றபோதே மனிதர் கடவுளைக் கடந்துச் சென்றுவிட்டார். இனி, புவியில் மனிதரைத் தவிர்த்த உயிரினங்களுக்குத்தான் கடவுள் தேவைப்படுகிறது. நானிருக்குமிடத்தில் கடவுள் இல்லை, ஆனால் கடவுள் பற்றிய கருத்து இருக்கிறது; தனியொருவர் செத்துப்போனால் உருவாகும் வெற்றிடத்தில் அது நிரம்பிவிடுகிறது. புனைவு இல்லாமல் மனிதரால் உயிர்வாழ முடியாது. உணவு உடை உறையுள் என மனிதருக்கான அடிப்படைகளை வரிசைப்படுத்தும்போது புனைவு என்பதை விட்டுவிடுகிறோம். கடவுள் என்பதே மனிதரின் ஆகச்சிறந்த புனைவு. மனித மூளையிலிருந்து கடவுளைத் துடைத்தெறிந்துவிட்டால், மூளையின் இயங்கியல் தன்மை என்னவாக இருக்கும்? மதம் வடிவமைத்த கடவுளைத் தேடியே விஞ்ஞானிகள் பால்வீதியில் அலைகிறார்கள். கடவுளின் மாற்றுப்பெயர் புனைவு; கவிஞர்கள் கடவுளை எழுதுகிறார்கள்.'

"ஆம். அற நூல்களை நான் புனைவுகளாகத்தான் வாசிக்கிறேன். அறம்சார் போதனைகள் மனிதரைக் கடவுளாக வடிவமைக்கின்றன. கடவுளின் அச்சுப்பொம்மைகளாக மனிதரைச் செய்கின்றன. மரண தண்டனைக்கு ஆளாக்கப்பட்ட இயேசு கிறித்துவின் பிணத்தை இரண்டாயிரமாண்டுகளாகச் சுமந்து திரியும் மனித குலத்தின் குற்றவுணர்வு கண்டனத்திற்குரியது. மரணதண்டனையை முன்வைத்து எழுப்பப்படும் அறம்சார் கேள்விகள் என்னைக் கோபப்படுத்துகின்றன. தனது விரல் நகங்கள், பற்கள், வலிமைகொண்ட கரங்கள் இவற்றை நம்பாமல் ஒரு கருங்கல்லையோ மரக்கிளையையோ தேடிய ஆதி மனிதமனம் இன்றைய அணு ஆயுதப் போர் எண்ணத்தின் வித்தைத் தன்னுள் அன்றே ஊன்றிக்கொண்டது. அணு ஆயுதங்களைக்

குவித்து வைத்துள்ள நாடுகள் தங்கள் அரசியலமைப்புச் சட்ட நூல்களிலிருந்து மரண தண்டனையை நீக்கிவிட்டுத் தத்தம் குற்றவுணர்விலிருந்து தம்மை விடுவித்துக்கொள்கின்றன. உயர் தொழில்நுட்பம் பெருமளவில் ஓர் உடம்பைக் கண்காணிக்கவும் அதன் இயக்கத்தைக் கட்டுப்படுத்தவும் கட்டுக்களைத் தாண்டும்போது கொன்றொழிக்கவும் பயன்படுத்தப்படுகிறது. மரண தண்டனைக்கு எதிரான இயக்கங்களில் நான் பங்காற்றியிருக்கிறேன்; உலகச் சமாதானம் பேசும் ஆயுத வியாபாரிகளின் மின்னஞ்சல் முகவரிகள் என்னிடம் உள்ளன; மார்க்ஸிலிருந்து தெரிதா வரையிலான யூத அறிவுஜீவிகளிடம் நேரடித் தொடர்பில் நான் இருந்ததுண்டு; நம் மரபில் முதன்முதலில் குற்றவுணர்வில் நம்மை நிறுத்தித் தூக்கத்தைக் கெடுத்த திருவள்ளுவரை நான் சந்தித்த ஐரோப்பிய, ஆப்ரிக்க அறிவுஜீவிகளிடம் அறிமுகம் செய்துவைத்திருக்கிறேன்; முடிவில் எல்லாம் வெற்றுக் கதைகூறல்கள் என்பதைத்தான் தெரிந்துகொண்டேன். மார்க்ஸ்–ஏங்கல்ஸ், இந்த இரட்டையருக்கு இணையான கதைசொல்லிகள் வேறு யாரும் இன்னும் பிறக்கவில்லை. அலுப்பாக இருக்கிறது. சாராயமும் மாட்டுக்கறி வறுவலும் வேண்டும். என் செல்லமே மாதவா, சென்று வாங்கி வா. மூகரி விழித்திருப்பாள். நான் கீழே போகிறேன். சென்று வா."

8

'என் காயத்திலே ஒரு மாயம் செய்தாய். பட்டுக்கிடந்த என் உடம்பு மீண்டும் துளிர்த்தது. முருங்கை துளிர்த்து அடர்ந்தது போலே காயம் ஆகாயம் ஆனது. தேவகி இந்தப் புதுச்சேரியின் கடலில் தொண்ணூறுகளின் இறுதிவரை கரையிலிருந்த சாராய ஆலையின் கழிவு கலக்கப்பட்டது. மொலாசஸின் கழிவு கலந்த கடல் வெல்லப் பாகாக இனிக்கும். காற்றில் கலந்த சாராய மணம், அதைப் பருகி ருசிக்க ஆவலைத் தூண்டும். இந்த ஊரில் குடிகாரர்களின் இனப்பெருக்கம் அதிகரிக்க இந்தக் கடலே காரணமாக இருந்தது. இந்தக் கடல் சாராயத்தாலாகியிருந்தது என்று சொன்னால் அதை நீ நம்பமாட்டாய். நான் குடித்துவிட்டு உளறவில்லை; பாற்கடல் இருந்தது என்று சொன்னால் நம்பும் உனது இந்துப் புராண மனம், சாராயத்தாலான கடல் இந்த ஊரில் இருந்தது என்று சொன்னால் அதை நம்பித்தான் ஆகவேண்டும்.'

"எனக்குத் தெரிந்து, உலகத்திலேயே மிகச் சிறிய நிலத்தில் மிகப் பெரும் எண்ணிக்கையில் குவிந்து வாழும் கவிஞர்களின் தேசமாக, பிரெஞ்சு-இந்தியா என அடையாளப்படுத்தப்பட்ட பொந்திஷேரி இருந்தது. விடுதலைக்குப் பிறகு இந்தியாவோடு சேராமல் தனி நாடாகத் திகழ்ந்திருந்தால் உலக அரங்கில் தமிழர்க்குத் தனித்ததோர் அரசியல் முகத்தைப் பெற்றுத் தந்திருக்கும். தனி நாட்டை இந்தியாவிற்குத் தாரைவார்த்துவிட்டு சாராயக் கடலைப் பற்றிப் பேசிக்கொண்டிருக்கிறோம். ஜின்னாவைப்போல் தன்னலமற்ற இனநலம் பேணிய அரசியல் தலைவர்கள் திராவிடத்தில் இல்லை. இந்தியத் தமிழர்க்குத் தனிநாடு அமையாதவரை ஈழத் தமிழர்க்குத் தனிநாடு சாத்தியமில்லை. தனி ஈழத்திற்காக இங்கிருந்து குரல் கொடுக்கும் தமிழர்களைப் பார்க்கப் பாவமாக இருக்கிறது. ஈ.வே.ரா. சொன்னதைத்தான் அன்று பாரீசில் பேசினேன்; ஓர் அடிமை இன்னோர் அடிமைக்கு எப்படிக் குரல்கொடுப்பான்? புதுச்சேரியின் மண்ணின் மைந்தர்கள் சாராயத்தால் வீழ்ந்துவிட்டார்கள். நாடற்றவர்கள் நாம், சாராயத்தால் வீழ்ந்தோம். பொந்திஷேரியில் எனக்கு

வாழப்பிடிக்கவில்லை; பக்கத்து நாடான பிரிட்டிஷ்–இந்தியாவிற்குத் தப்பிச் செல்வோமா?"

'இன்று நாம் இருப்பது இருபத்தியோராம் நூற்றாண்டின் ஆரம்பப் பகுதி. இங்கிருந்துதான் நம் தினசரி வாழ்க்கையைக் கூட்டாக நடத்தவுள்ளோம். நீ, நான், நம் மகள். என் வாழ்வில் முதன்முதலாக ஒரு கூட்டு வாழ்க்கை. இந்த நிலப்பகுதியிலிருந்து ஐரோப்பியர்கள் வெளியேறி அறுபதாண்டுகளைக் கடந்துவிட்டோம். வெள்ளை நிழல் படியாத துணைக்கண்டத்தில் வாழ்கிறோம். விடுதலையடைந்து ஏக இந்தியா என்றான பிறகும் புதுச்சேரி நிலத்திலிருந்து ஏனைய இந்திய நிலத்திற்குள் நான் நுழைந்ததில்லை. போதும், குடித்தது போதும். போதை மிகுதியாகிக் காலம் உன் உடம்பிலிருந்து ஆடையைப் போல நழுவிச் செல்கிறது. இமைகளை மூடாமல் தூங்கும் பழக்கமுடைய எனக்கு, குடிக்கக்குடிக்கப் போதை முதிர்ந்து ஐம்புலன்களும் மூடிக்கொள்ளும். தென்னந்தோப்பில் கள்ளை வயிறுமுட்டக் குடித்துவிட்டு மட்டைகளோடு மட்டையாகும் பழக்கம் எனக்கிருந்தது. என் உடம்பிற்கு வயசாகவில்லை, மூளைக்கு வயசாகிவிட்டது. பிரெஞ்சுக்காரர்கள் இங்கு வருவதற்கு முன்பு பிறந்து, அவர்களும் வந்து ஆண்டுவிட்டுச் சென்று அறுபதாண்டு ஆனபிறகும் உயிர்வாழ எனக்கு அலுக்கவில்லை. ஆனால், என்னைக் காலத்துடனும் வெளியுடனும் பிணைக்கப் பௌதிகக் காரணியாக விளங்கும் மதுவென்கிற திரவரூப போதை அலுத்துவிட்டது. அன்றுபோல இன்று குடிக்க முடியவில்லை. எவ்வளவு குடித்தாலும், பிரக்ஞை தவறி சுவாசிக்கும் பிணம்போலக் கிடக்க முடியவில்லை. பிரக்ஞையோடு மண்டைக்குள் சூரியன் சுட்டெரிக்க விழித்துக் கிடக்கிறேன். மது என்னிடம் தோற்று விட்டது. அதனால் என்னை வீழ்த்த முடியவில்லை. நான், என் அம்மா, அப்பா மூவரும் பாகூர் தென்னந்தோப்பில் கள் பசியாறியது, என் ஞாபகத்தில் இன்றும் நிழலாடுகிறது. அப்பா அறுபது வயதில் பாம்பு கடித்துச் செத்தார். அம்மா தனது நூறாவது வயதில் செத்தார். அம்மா உடம்பு குன்றி நைந்து படுக்கையில் பல ஆண்டுகள் மரணம் தீண்டாமல் கிடந்தார். அவரைப் பராமரிக்க நான் பட்டபாடுகள் சொல்லி மாளாதவை. இரவோடு இரவாக அவரைத் தூக்கிக்கொண்டுபோய் புகைந்துகொண்டிருந்த செங்கல் சூளையில் போட்டுவிட்டேன். என் அம்மாவின் உடற்கூறு எனக்கும் அமைந்து நானும் அவரைப்போலவே சாவு தீண்டாமல் இருக்கிறேன். நான் எனது பெற்றோருக்கு எட்டாவது பிள்ளையாகப் பிறந்தேன். எட்டில் நான் மட்டுமே நிலைத்தேன். மற்றவை வயிற்றுள் வாழ்ந்த மாதங்களைவிடக்

குறைந்த மாதங்களே வெளியில் வாழ்ந்தன. அவயத்தில் பத்துக் குஞ்சுகள் பொரித்து இறுதியில் வளர்ந்த இரு குழந்தைகளோடு திரியும் தாய்ப் பறவை போன்றதே மனிதப்பேறும். அந்தக் காலத்தில் குழந்தைகள் பிழைத்து ஆளாவது சாமிப் புண்ணியம்.'

"நானும் ஒரு தாய்ப் பறவை. காலவெளியில் கருவிலேயே கொன்றவை ஏராளம். தெரு நாய், தான் ஈனும் குட்டிகளை இரு சக்கர, நான்கு சக்கர வாகனங்களில் தப்பிப் பிழைக்க வைத்துத் தமது இனத் தொடர்ச்சியைத் தக்கவைப்பதில் கொள்ளும் சிரமம் நாளுக்கு நாள் போக்குவரத்தின் பெருக்கத்தில் சிக்கலாகிறது. கார்ச் சக்கரத்தில் நசுங்கும் நாய்க்குட்டிகள் போல ஏராளமான குழந்தைகள் பீரங்கிச் சக்கரங்களில் நசுங்கிச் சாகின்றன. இனத் தொடர்ச்சியை வேரறுப்பதற்கென்றே திட்டமிட்டு நடத்தப்படும் படுகொலைகள் எல்லாக் கண்டங்களிலும் நிற வேறுபாடின்றி நிகழ்த்தப்படுகின்றன. அறம் அற்றப் போரை வெளிப்படையான அழித்தொழிப்பு என்று சொன்னால் யாரும் மறுப்பதற்கில்லை. பொது அறம் என்பது இனி இல்லை. வெளிப்படைத்தன்மை, போர் அறம் இன்றைய ஏகாதிபத்தியங்களிடம் இல்லை. வள்ளுவம் காட்டும் வழியில் செல்லும் தமிழினத்திற்கு ஆதரவாக உலக அரங்கில் ஒரு குரல் இல்லை. இலக்கியம் வழி தமிழ் இருக்கும்; பேசத் தமிழர் இருக்கமாட்டார்கள். ஈழத் தமிழர்க்கு நேர்ந்த கதி இந்தியத் தமிழர்க்கும் நேரப்போகிறது. பத்துக்கோடியாக இருக்கும் தமிழ் மக்களை நூறு கோடியாய் ஆக்கவேண்டும். இனப்பெருக்கமே இன வலிமை என்று சொன்னால் நீ சிரிக்கிறாய். குடித்துவிட்டு உளறவில்லை. திட, திரவ, வாயு நிலைகளில் பெருகும் போதைப் பொருட்களைப் போர்க் கருவிகளுக்கு எதிராக முன்னிறுத்த வேண்டும். தாவரம் தரும் போதையை மூலிகை மருந்துப் பட்டியலில் சேர்க்கவேண்டும். சொந்தமென்று உரிமை கொண்டாடத் தமிழர்க்கு ஒரு கடவுள்கூட இல்லை. பறிகொடுத்த நமது நிலத்தையும் திசை எட்டும் ஓடிப் பதுங்கிய இனத்தையும் மீட்பதற்கு முன்பாகக் கடவுளை மீட்கவேண்டும்."

'தமிழரை மட்டுமல்ல, அவர்தம் கடவுளர்களையும் மதமாற்றம் செய்துவிட்டார்கள். இனத்தையே அழித்தொழிக்காமல் அவர்தம் அறிவார்ந்த அடையாளங்களை மட்டும் வரலாற்றின் நினைவடுக்குகளிலிருந்து மறதிக்குள்ளாக்குவது அதிநவீனப் போர்யுக்தி. மதத்தின் பெயரால் இந்திய நிலப்பகுதியில் மழையாகத் தூறிய ரத்தம், ஆறாகப் பெருக்கெடுத்து ஓடியதில்லை. அடிமையின் உடம்பில் உழைப்பு என்னும் பொருளியல் ஆற்றல் உள்ளவரை, அவர் அடிமாடு ஆவதில்லை. இங்கு மதத்தின்

பெயரால் போர் நடக்கவில்லை. வெளியேற்றுவதில்லை; அனைத்தையும் உள்வாங்கிக்கொள்வதின் அரசியலுக்குள் நாம் இழுக்கப்பட்டோம். தமிழரிடம் அவர்தம் மொழி மட்டும்தான் இன்னும் உயிரோடு இருக்கிறது. ஒடுக்குதலுக்கு உள்ளாவதையே தனது உயிர்வாழும் ஆற்றலாக மாற்றிக்கொள்ளும் யுக்தி அறிந்த மொழி உலகில் தமிழ் போல் வேறில்லை. பிணமாக நடிக்கத் தெரிந்தவர் சாவதில்லை. தேவகி நான் உயிரோடு இருப்பதுபோல் நடித்துக்கொண்டிருக்கிறேன்; ஆதலால் எனக்கு மரணமில்லை.'

"இந்து மதம் கதைகளாலானது. ராமாயணம், மகாபாரதம் என்னும் தொல்கதைகளால், கதைகளின் தொகைமையால் ஆன மதம் இதுபோல் வேறில்லை. கதைகளால் கொலைசெய்ய இயலாது; ஆனால். கொலைகளைக் கதைகளாக்கிவிட இயலும். தமிழ்ச் சமூகம் கதைசொல்லிகளின் சமூகம். கதைசொல்லிகளை, வெளியிலிருந்து கொண்டுவரும் புதிய புதிய கதைகளால் கவர்ந்துவிடலாம். தமிழர்களைக் கதைகளால் கட்டிப்போட்டு ஊரைக் கொளுத்திச் சூரையாடலாம். இவர்கள் தப்பிப் பிழைக்க, தழுவிக்கொள்ளச் சொந்த அறிவில் முளைத்த சமயம் ஒன்றைக் கைக்கொள்ளத் தவறிவிட்டார்கள். இயேசுவிற்கும் நபிகளுக்கும் முன்பு தோன்றிய திருவள்ளுவரைத் தங்களுடைய இனத்தின் வழிகாட்டியாக, தீர்க்கதரிசியாக அடையாளம் காண, அவரை தங்கள் ஆசானாக ஏற்க வைதீக மனம் ஒப்பவில்லை. நான் உலகம் முழுதும் சுற்றியிருக்கிறேன். பல்வேறு நாடுகளில் சொந்த அடையாளம் அறியாமல் வாழும் தமிழரைச் சந்தித்திருக்கிறேன். அவர்கள் எல்லோரையும் ஒன்றிணைக்கும் ஆற்றல் திருவள்ளுவருக்கு இருக்கிறது. திருக்குறளை வேதமாகவும் அது வகுக்கும் முப்பால் அறத்தை ஞானமாகவும் வள்ளுவத்தை மதமாகவும் கடைப்பிடிக்க வேண்டும். பௌத்தத்திற்கு இணையாக வள்ளுவத்தை உயர்த்திப்பிடிக்க வேண்டும். பாவப்பட்ட தமிழர்கள் வரலாற்றில் திரியும் அனாதைகள். அவர்களுக்கு வள்ளுவத்தைத் தவிர வேறு கதி இல்லை. கடவுள் இல்லாத ஒரு மதம் தமிழர் வகுத்த வள்ளுவம் என்பதை இன்னுமோர் ஆயிரம் ஆண்டுகளுக்குப் பிறகு உலகு தொழும். என்னைப் பொறுத்தவரை ஒரு பிரதிக்குள் ஐக்கியமாகும் தன்னிலைக்கு அப்பிரதிக்கு வெளியே மரணமில்லை. உயிரோடு இருப்பது போல நடித்துக்கொண்டிருப்பதாகச் சொல்கிறாய், இப்பிரதியின் மரணத்தோடு உன் மரணமும் நிகழ்ந்துவிடும். உன்னை ஒரு கதைகூறலுக்குள் மறைத்து வைத்திருக்கிறாய். கதையின் மரணம் கடவுளின் மரணம் போல நிகழக்கூடியது."

9

'**நா**ம் நடித்துக்கொண்டிருக்கும் இந்நாடகத்தில் ஆங்காங்கே பிரதிக்கு வெளியே செல்கிறோம். சொந்தச் சொல்லாடல்களைப் பிரதியில் சேர்க்காதீர் என்று இயக்குநர் எச்சரித்தாலும், நாமும் எவ்வளவு எச்சரிக்கையோடு இருந்தாலும் சுனை சுரக்கும் பேச்சு நம்மைப் பெருவெள்ளமாய்ச் சூழ்ந்து காலத்தில் என்றோ மறைந்துபோன ஆற்றின் தடத்தில் அடித்துக்கொண்டு செல்கிறது. சொற்களின் மேய்ச்சல் நிலத்தில் கால்நடைகளாய் நாம். சொற்கள் நமக்கு எல்லாம் தரும். உனது நிலத்தின் கரு, உரி, காலப் பொருள்களை நீயே ஆக்கிக்கொள்ள முடியும். இந்த நாடகத்தில் உனக்கு முந்நூறு வயது. எனக்கு நானூறு வயது. நாம் இருபதாம் நூற்றாண்டின் இறுதியில் சந்தித்துக்கொண்டோம். ஒரு பெண் குழந்தையைத் தத்தெடுத்து வளர்க்கிறோம். அவள் பெயர் பூகரி. அவளுடைய காலம் பின்னோக்கிச் செல்கிறது. இன்று இரண்டாயிரத்துப் பத்தாமாண்டில் நாமிருக்கிறோம், நம் மகள் இரண்டாயிரத்து ஒன்றாமாண்டில் தனது ஒன்பதாவது வயதில் பள்ளிக்குச் செல்கிறாள். வகுப்பில் மற்றப் பிள்ளைகள் இரண்டாயிரத்துப் பத்தில் நிகழ்காலத்தில் இருக்க, இவள் மட்டும் இரண்டாயிரத்து ஒன்றில் இறந்த காலத்தில் இருக்கிறாள். இறந்த காலத்தில் அவள் நிகழ்ந்து கொண்டிருக்கிறாள்.'

"ஒளியாண்டுகளால் தூரத்தைக் கணக்கிடுகிறோம்; காலத்தை இல்லை. பிரக்ஞை பிசகிய மனத்திற்குக் காலம் இல்லை. பைத்தியங்களுக்குக் காலப் பிரக்ஞை கிடையாது. யோனியில் அழுகிய குருதி கசியும் மாதத்தில் மூன்று நாட்களுக்கு எனக்குப் பைத்தியம் பிடிக்கும். பைத்தியத்திலிருந்து வெளிவரும்போது, பகலில் தூங்கி இரவில் விழித்தது போல இருக்கும். மூன்றாம் நாள் உயிர்த்தெழுந்தது போல உடம்பில் சிலுவையிலிருந்து பெயர்த்தெடுத்த அசதி. பதின்மூன்று வயதிலிருந்து தீட்டு ஒதுக்கி நிற்கிறேன். முதுமை யெய்தாத என்னை மூன்று நூற்றாண்டுகளாய்க் கெட்ட குருதியின் கவிச்சையை மோப்பமுற்றுப்

பூனைகள் சுற்றிவருகின்றன. பூனைகளைப் பற்றி நான் நிறையப் பேசவேண்டும். அவற்றின் பாலியல் குரோதங்களைப் பற்றிப் பேசவேண்டும். காட்டிலிருந்த நாய் காவலுக்கும், மாடு பாலுக்கும், குதிரை பயணத்திற்கும் என நாட்டிற்குக் கொண்டுவரப்பட்டு மனிதரின் பயன்பாட்டிற்கெனப் பழக்கப்படுத்தப்பட்டன. இந்தப் பூனைகள் எதன் பொருட்டு மனிதரை அண்டின? பூனைகளால் மனிதர்க்கு ஆவதென்ன? நைல் நதியோரப் பழங்குடிகள் தங்கள் பெண்களை மாதவிலக்கு நாட்களில் பாம்புகள் அண்டாமலிருக்கப் பூனைகளைக் காவலுக்கு வைக்கிறார்கள். குருதி நசநசத்த யோனிகளை மோப்பமுற்றுப் பாம்புகள் அவற்றுள் அடையும். அந்த வாடை அவற்றிற்குப் பிரியமானது. அந்த விலக்கப்பட்ட நாட்களில் பாம்பு தன்னுள் நுழைவதைப் பெண்கள் அனுமதிக்கிறார்கள். எந்தவொரு ஆண்குறியாலும் தரமுடியாத சுகத்தை பாம்பு தருவதாக இளம் பெண்ணொருத்தி ரகசியமாக அந்த அனுபவத்தை என்னுடன் பகிர்ந்துகொண்டாள். நாயை வேட்டைக்குத் தங்களுடன் அழைத்துச் செல்லும் ஆண்கள் பூனையைப் பெண்களுக்குக் காவல் வைக்கிறார்கள். பூனைகள் பாம்புகளிடமிருந்து பெண்களைக் காக்கின்றன. அதே சமயம் பாம்பின் ருசியறியாமல் பெண்களைத் தடுப்பதற்கும் இந்தப் பூனைகளை ஆண்கள் பணியமர்த்துகிறார்கள். பூனைகளால் கொல்லப்படும் பாம்புகளும், பாம்புகளால் கொல்லப்படும் பூனைகளும் நைல் நதியோரம் இன்றும் கரையொதுங்குகின்றன."

'இந்தப் புதுச்சேரி பாம்புகளாலும் பூனைகளாலும் ஆனது. ஒரு காலத்தில் கால் வைக்கும் இடமெங்கும் பாம்புகள். கண்படும் இடமெல்லாம் பூனைகள். மக்கள் தொகையைவிட இவற்றின் எண்ணிக்கை அதிகம். நகர விரிவாக்கத்தில் காடு கழனிகள் அழிந்து பாம்புகள் மறைந்தன. கடற்கரையில் ஒதுக்கப்படும் உணவாகாத மீன்கள் உள்ளவரை பூனைகளுக்குப் பசியில்லை. கடல் உள்ளவரை புதுச்சேரியில் பூனைகளுக்குப் பஞ்சமில்லை. இன்று பாம்புகள் அறவே இல்லை. புதுச்சேரியில் பிரெஞ்சுக்காரர்கள் கால் வைத்த நாள்முதலாய் இங்கு பாம்புகள் அருகிவந்து அற்றுப்போய்விட்டன. பிரெஞ்சிந்தியாவில் பாம்புகளும் பிரிட்டிஷிந்தியாவில் புலிகளும் வெள்ளையர் ஊடுருவலுக்கு எதிராக விளங்கின. துணைக்கண்டத்தில் புலி என்னும் உயிரியல் இருப்பு வெள்ளை ஆதிக்கப் பரவலுக்குத் தடையாக இருந்ததால் அது திட்டமிட்டே அழித்தொழிக்கப்பட்டது. இன்றும் புலிகளுக்கு இந்தியாவில் தடை உள்ளது. புலி ஒரு திராவிட விலங்கு. குறிப்பாக தமிழ்த்தேசிய அரசியல் விலங்கு.'

"புறநானூற்றுப் புலி, சோழர்களின் புலி, ஈழப்புலி; ஆயிரம் ஆண்டுகளுக்கு ஒருமுறை தமிழ்ப் புலி உலக வரலாற்றில் தன்னை மீள்பதிவு செய்யும். பெண் புலிக்குக் கற்பு என்ற ஓர் உறுப்பு இருக்கிறது. இதை உலக விலங்கியல் விஞ்ஞானிகள் மறுக்கிறார்கள். கற்பு என்பது ஒரு கருத்து; அது ஓர் உறுப்பு அன்று என்கிறார்கள். பெண் புலி உறுமினால் மழை வரும் என்ற வள்ளுவன் கூற்று பொய்யா எனக் கேள்வி எழுப்பினால்; உங்கள் மொழியில் கடவுளே கவிதை எழுதும்போது, மொழிக்குள் வாழும் உமது தேசத்திற்கு வெளியே எதுவும் இல்லை. மொழியே உமது நிலம். நீங்கள் மொழியியல் உயிரி என்று மேலை அறிஞர்கள் கிண்டல் செய்கிறார்கள். எனது மொழியென்று தமிழை மட்டும் சொந்தம் கொண்டாட அறிவு மறுக்கிறது. மூன்று நூற்றாண்டுகளுக்கும் மேலாக நான் பல்வேறு நிலப்பகுதிகளில் அந்த அந்த நிலம்சார்ந்த மொழிகளைப் பேசி வருகிறேன். நான் எந்த நிலப்பகுதிக்குள் நுழைகிறேனோ அதன் மொழி தானாகவே என் மூளைக்குள் பதிவாகி, அந்த மொழியால் சிந்தித்து அதன் இலக்கணம் வழுவாமல் பேசுகிறேன். எந்தவொரு மொழியின் இலக்கண அமைப்பும் ஒன்றே போலானது. எனவே மூளையின் மொழிச் செயல்பாடு எந்தவொன்றையும் எளிதாகக் கிரகித்துக் கொள்ளக்கூடியது. தமிழைவிட என் மூளை தொன்மையானது. உலகம் முழுமைக்கும் இன்றிருக்கும் மனித அறிவு தொழிற்புரட்சியின் விளைவு. நீயும் நானும் நூற்றாண்டுகளைக் கடந்து வாழ்கிறோம்; நமது மூளை காலனிய மூளை. மின்சாரம், மார்க்சீயம், பெட்ரோலியம், நவீன மருத்துவம் இவை புதிய மனிதரை உருவாக்கித் தந்திருக்கின்றன. பௌத்தமும் மார்க்சீயமும் உலகு தழுவிய பொது அறத்தை வடிவமைத்திருக்கின்றன. இந்த இரண்டிற்கும் அப்பால் மூன்றாம் நிலையில் நின்று ஓர் அறச்சட்டகத்தை பின்நவீனத்துவத்தால் வடிவமைக்க முடியுமா? இன்றைய தமிழர் அறிவு என்பது பின்நவீனத்துவ மூளையால் அமைந்ததே அல்லாமல் தூய தமிழ்த் தொல்லறிவால் விளைந்தது அன்று. புத்தர், மார்க்ஸ் இவர்களைத் தொடர்ந்து மூன்றாவது அறவோர் ஈழத்தில் தோன்றுவார். ஈழம் என்ற நாடு அன்று உருவாகியிருக்கும். புத்தருக்கும் மார்க்ஸுக்குமான கால இடைவெளிக்கு இணையாக, மார்க்ஸுக்கும் ஈழ அறவோருக்குமான கால இடைவெளி அமையும். அந்த மூன்றாம் அறவோர் பெண்ணாக இருப்பாள்."

'நான் யாரோ ஒருவருடைய கதைகூறலுக்குள் அடைபட்டிருப்பதைப் போல அடிக்கடி தோன்றுகிறது. பிறரின் கதைகூறலுக்குள் நுழைந்து இடம் பெயர்வது எனது இயல்பு; ஆனால்,

பிறரின் இயக்க விதிகளுக்குள் என்னை முடக்கிக்கொள்பவன் அல்லன். நீ எந்நேரமும் என் மன மண்டலத்துக்குள் ஊடுருவி அதனுள் படிந்திருக்கும் காலத்தைக் கலைத்துப் போட்டபடி இருக்கிறாய். என்னுள் நீ எதையோ தேடிக்கொண்டிருக்கிறாய் என்பது தெரிகிறது. என் வாழ்க்கையில் வலி நிறைந்த பகுதிகளை எல்லாம் ஒன்றன்பின் ஒன்றாகக் கலைத்துவிட்டேன்; ஆசிரியர் கரும்பலகையில் எழுதிக் கலைப்பது போல நான் வாழ்ந்ததில் பிடிக்காததை உடனுக்குடன் கலைத் துவிடுவேன். எனவே நீ எதைத் தேடுகிறாய் என்று சொன்னால், அது என்னுள் இருந்தால் நானே எடுத்துத் தந்துவிடுவேன்.'

"நான் உன்னிடம் பெறுவதற்கு ஏதும் இருப்பதாகத் தெரியவில்லை. ஒவ்வொரு மனிதரிடமும் அவர் வாழ்ந்த கதை இருக்கிறது. மேலும் அவர் அறிந்த கதைகளும் இருக்கின்றன. எல்லாக் கதைகளும் மனிதரைப் பற்றியவைதாம். கடவுளர்களும் விலங்குகளும் கதைகளுக்குள் வாழ்ந்தாலும் அவை மனிதரால் ஆக்கப்பட்டு மனிதத் தன்மையோடும் அவர்தம் இலக்கணத்தோடும் இருப்பவை. கதைகளால் மனிதரைத் தாண்டிச் செல்லமுடியாது. உனக்குள் கதைகளாலான காடு இருப்பதைக் கண்டேன். அடிக்கடி அதற்குள் புகுந்து அலைகிறேன். கதைவாசிகள் எல்லோரும் காட்டுவாசிகளாய்த் திரிகிறார்கள். புனைவிற்கும் அல்புனைவிற்குமான இடைவெளி செயற்கையானது. போன நூற்றாண்டோடு கவிதை முடிவுக்கு வந்தது. இந்த நூற்றாண்டோடு கதை முடிவுக்கு வந்துவிடும். காதலைக் கட்டுரையாக எழுதித்தரும்படி அவள் அவனிடம் கேட்கிறாள். காதல் இல்லாத கலவி குறித்த கருத்தரங்குகளை பன்னாட்டு வர்த்தக முகவர்கள் நடத்துகிறார்கள். இந்த நூற்றாண்டின் இறுதிக்குள் புனைவு சார்ந்த மனம் முற்றாக அற்றுப்போய்விடும். நான்குபேர் கூடிப்பேசப் பொதுச்செய்தி என்று எதுவும் இருக்காது. வாய்வழி மொழிப்பயன்பாடு இருக்காது. கால்நடைகளைப்போல மருத்துவமனைக்குச் சென்று கலவி இல்லாமல் கருத்தறித்துக் கொள்வதையே பெண்கள் விரும்புவார்கள். கலவி இல்லாவிட்டால் ஆணாதிக்கம் இருக்காது. ஆணாதிக்கம் இல்லாத சமூகத்தில் கவிதை, கதை, இசை, நாட்டியம், ஓவியம், சிற்பம் என எதுவும் இருக்காது. ஆணாதிக்கம் இல்லாத ஊரில் கோயிலுக்கும் கடவுளுக்கும் இடமில்லை. ஒவ்வொரு மனிதரிடமும் அவர் வாழ்ந்த கதை இருக்கும்; ஆனால் அது இலக்கியமாக இருக்காது."

'அதிகாரத்தின் குறைந்தபட்சச் செயல்திட்டமாக ஆண் பெண் இடையிலான மேலாதிக்க உணர்வு செயல்படுகிறது. இதுவே

எல்லாவித மேலாதிக்கங்களுக்கும் மூல காரணமாக உள்ளது. ஆணுக்கும் பெண்ணுக்கும் நடுவில் மொழி மட்டுமே பொதுவான ஒன்றாக உள்ளது. எந்தவொரு சமூகத்திலும் ஆணுக்கென்றும் பெண்ணுக்கென்றும் தனித்தனி மொழி இல்லை; மற்றவை எல்லாம் தனித்தனியானவை. ஆண் பெண் இருபாலாருக்கு மிடையே இனப்பெருக்க ஒப்பந்தம் மட்டுமே உள்ளது. இருவரும் தனித்தனியானவர்கள்; ஒரே கூரையின் கீழ் ஒன்றாக வாழ்வதென்பது இயற்கைக்கு விரோதமானது. இரண்டு உலகப் போர்களுக்கும் குடும்ப அமைப்பே காரணமாக இருந்தது. ஆண் பெண் கூடிவாழ்வதே உலக அமைதிக்குக் கேடாகிறது. மதம், அரசியல், விஞ்ஞானம் இவை ஆணாதிக்க மையம் கொண்டவை. இனம், தேசியம், மெய்ஞ்ஞானம் இவை பெண்ணாதிக்க மையம் கொண்டவை. ஆதிக்க மனம் பொதுவானது; இதில் ஆண் பெண் பேதமில்லை. உனக்கு ஒன்றை மட்டும் உறுதியாகச் சொல்கிறேன்; பூமியில் மனிதர் இல்லாவிட்டாலும் இசை இருக்கும். இந்தப் பூமியில் இசை மனிதர்க்கும் முந்தியது. இசை மட்டுமே அகிம்சைக் கலைவடிவம். தேவகி, இவ்வுலகில் கடவுளைவிட மாபெரும் கற்பனை எது தெரியுமா? அது அகிம்சை என்கிற கருத்து.'

“பசி, காமம், அதிகாரம்; இவற்றில் ஒன்றை இச்சித்தலில் இம்சை உருப்பெருகிறது. பசியும் காமமும் உனது உடம்பில் ஊறித் தணியும்; ஆனால், அதிகாரத்தின் மீதான இச்சை தணியாது; அது மையமும் விளிம்பும் இல்லாத வட்டம். பசி பருண்மையானது. காமம் அரூபமானது; ஆனால், ஒன்றினுள் அடங்கக்கூடியது. அதிகாரம் எல்லையற்றது. எல்லையற்ற ஒன்றை அளவிட முடியாது. இவை திட திரவ வாயு நிலையிலானவை. இம்சையின் முப்பரிமாணம். அகிம்சை என்பது அறத்தின் பாற்பட்டது. இயற்கைக்கு விரோதமானது. பண்பாட்டு விழுமியங்களாலானது. பண்பாட்டில் சிறந்து விளங்கும் சமூகம் வன்செயல்களால் உருவானது. குரல்வளை நெறிக்கப்பட்டு மௌனமாக்கப்பட்டது. அமைதிக்கும் மௌனத்திற்கும் வித்தியாசம் தெரியாத சமூகம். நான் உலகம் முழுதும் சுற்றித் திரிந்திருக்கிறேன்; எந்தவொரு சமூகமும் வன்முறை இன்றி அகிம்சை வழியில் செல்வதை இதுவரை கண்டதில்லை. மயான அமைதி என்கிறோமே அதன் முழுமையான பொருள், புத்தனின் மூடிய இமைகளுக்குள் இருக்கிறது. காந்தியிடம் அகிம்சையின் மயான அமைதியைக் கண்டடைந்த தருணம், இசை மட்டுமே அகிம்சைக் கலைவடிவம் என்பதை என்னாலும் உணரமுடிந்தது.”

10

'கதைகளின் மயான வெளியில் புதைக்கப்பட்ட கதைசொல்லிகள். பிணம் முளைத்தால் கதை பூக்கும். எல்லாருடைய வாழ்க்கையும் கடைசியில் ஒரு கதைகூறலாய் மீந்து நிற்கிறது. வரலாறு என்பது போரின் கதையாகச் சுருங்கிவிட்டது. தனியொருவருக்குக் குடும்ப வரலாறு; மக்கள் கூட்டத்திற்கு தேச வரலாறு. தொகுக்கப்பட்ட கதைகளாலான வரலாற்றில் நீயும் நானும் நம் மகளும் ஒருவருக்கொருவர் பரிமாறிக்கொள்ள இறுதியில் வெற்றுக் கதைகளாக மீந்து நிற்போம். தேவகி, தன்னிடமுள்ள கதைகளெல்லாம் தீர்ந்தபிறகு செய்வதற்கு ஒன்றுமில்லாமல் நடுத் தெருவில் நிறுத்தப்பட்ட கதைசொல்லிகள் ஏராளம். அவர்களை நீ புரட்சியாளர்கள் என்றோ வரலாற்று நாயகர்கள் என்றோ சொல்வாய். மக்களால் வெறிநாய்களைப் போல விரட்டிச் சென்று அடித்தே கொல்லப்பட்ட நாயகர்கள் வரலாறு நெடுகிலும் இருக்கிறார்கள்.'

"கொல்லப்பட்ட புரட்சியாளர்கள் மூன்றாம் நாளில் உயிர்த்தெழ வேண்டும் என்ற ஏக்கம் எல்லாக் காலத்திலும் மக்களுக்குள் சுரக்கிறது. விடுதலை பற்றிய கதைகளிலிருந்தே, அக்கதைகள் தரும் மரண பயத்திலிருந்தே இனத்தொடர்ச்சி மீதான அக்கறை பிறக்கிறது. இனக்குழுவில் தனியொருவர் பிறப்பதுமில்லை இறப்பதுமில்லை. சமூக மரணம் என்பது சாத்தியமில்லை. யாரொருவரின் கதைகூறலுக்குள்ளிருந்து நீ வெளிப்படுகிறாயோ அக்கணம் மீண்டும் உயிர்க்கிறாய். புரட்சியாளருக்கு நிரந்தர இறப்புமில்லை இருப்புமில்லை. தான் கடவுளாகும் இச்சையிலிருந்து யாரும் தப்பியதில்லை. கடவுள், அரசன் என யாரையும் சார்ந்திராத விடுதலை சாத்தியமா? விடுதலை என்ற கருத்துரு சமூக விளைவு. சமூகத்திலிருந்து வெளியேறிய தன்னிலையே தடையற்ற விடுதலையை நுகரமுடியும்."

'விடுதலை; கடவுளிடமிருந்து, தலைவனிடமிருந்து விடுதலை. என்னிடமிருந்து உனக்கும் உன்னிடமிருந்து எனக்கும் விடுதலை.

ஆகப்பெரிய விடுதலை கடவுளிடமிருந்து வெளியேறுவதில் உள்ளது. மரணம் பற்றிய மேலதிகக் கற்பனை கடவுளிடம் நம்மை சரணடையச் செய்தது. வான் நோக்கிய விஞ்ஞான வளர்ச்சி கடவுளைத் தொடும்வரை தொடரும். எல்லாம் மரண பயத்தின் விளைவு. எல்லாவகைப் பயங்களும் மரணத்தை ஆதாரமாகக் கொண்டவை. மரணம் பற்றிய அச்சத்திலிருந்து விடுபடும் தன்னிலையால் மட்டுமே கடவுளைக் கடந்த நிலையில் விடுதலையை நுகர முடியும். எனது நெடிய வாழ்வில் மரண அனுபவம் மாத்திரம் எனக்கு இன்னும் வாய்க்கவில்லை. ஆறு தலைமுறைகளைக் கடந்து வாழ்ந்து வருகிறேன். பிறந்ததிலிருந்து நான் தனியனாகவே வாழ்கிறேன். பெண்ணுடன் கலப்பது ஆண்டுக்கு இருமுறை நேர்ந்துவிடுகிறது. காதலில்லாத சம்போகம் சுய இன்பத்திற்கு நிகரானது. திருவள்ளுவர்கூடப் பிணத்தைப் புணர்வது குறித்துச் சிந்தித்திருக்கிறார். கடவுளைப் போலவே காதலும் செயற்கையானது. செயற்கைத்தனங்களிலிருந்து விடுபடுவது பற்றிய யோசனையின் குறுக்காகப் பெயர் தெரியாத பறவை பறந்து போகிறது. பறவைக்குப் பெயரிடுவது போன்ற வன்செயல்களில் நான் ஈடுபடுவதில்லை. பறவையை விடுதலையின் குறியீடாக முன்வைப்பதை என்னால் ஏற்கமுடியாது. மண்ணிலிருந்து வானை நோக்கிய விடுபடல் என்பது மதவாதத்தை முன்னெடுப்பது. கவிதை இன்னபிற கலைகள் யாவும் கடவுளின்றி இயங்க முடியாது. நாத்திகம் கவிதையியலுக்கு எதிரானது. தூய நாத்திக மனமே விடுதலையை நுகரமுடியும்.'

"மாதவனே நீ யாரையேனும் காதலித்திருக்கிறாயா? காதலில்லாமல் உன்னால் இந்த நெடிய வாழ்க்கையை எப்படிக் கடக்க முடிகிறது? நீ யாரையேனும் நேசித்திருக்கிறாயா? பறவைகள், விலங்குகள் போன்ற உயிரினங்களைத் தொட்டுத்தடவி முத்தமிட்டிருக்கிறாயா? பேயைப் புணர்ந்திருக்கிறாயா? மூகரியை அள்ளியணைத்துக் கொஞ்சி நான் பார்த்ததில்லை. உன் மகள் பூமிதா இதே வீட்டில் உன்னுடன் தங்கியிருந்த நாட்களில் ஒரு விருந்தாளியைப் போலவே அவளுடன் நடந்துகொண்டிருக்கிறாய் என்பதை நீ சொன்னதிலிருந்து உணரமுடிந்தது. நாத்திகம் என்பது நம்பிக்கை அன்று; அது ஓர் அறிவு. ஆத்திகம் என்பது அறிவு அன்று; அது ஓர் அறிதல் முறை. இறைமையும் கவிதையும் உன்னுள் இல்லாவிட்டால் உன் முகத்தைக் கண்ணாடியில் உன்னால் பார்க்க முடியாது. கண்ணாடி காட்டும் உன் முகத்தை எப்படி நம்புகிறாய்? La mer est ton miroir –கடலே உனது முகக்கண்ணாடி– என்கிறான் உன் பிரிய கவிஞன் ஷார்ல் பொத்லேர். தெளிந்த

அறிவு போர்த் தொழில் நுட்பத்திற்கானது. குழம்பிய மனம் கொலை செய்யாது. மனப்பிழற்சியாளர்கள் ராணுவத்தில் சேர்த்துக்கொள்ளப்படுவதில்லை. கொஞ்சம் பைத்தியமாக இருக்கப் பழகிக்கொள். பைத்தியரின் கண்களுக்குப் பேய் தெரியும். பேய் மனிதரிலிருந்து உண்டாவது. பேய்க்கும் கடவுளுக்கும் சம்பந்தமில்லை. மனிதர் செத்தால் பேயாவர். பேய்களுக்கு மாயமந்திரம் எதுவும் தெரியாது. அவற்றிற்கு எந்தவொரு அமானுடசக்தியும் கிடையாது. இடுகாட்டில் இருக்கும் அவை பசியெடுத்தால் ஊருக்குள் நுழைந்து அடுப்பங்கறையில் திருடித் தின்னும். பெண் பேய்களுக்குத் தாம் செத்தாலும் தம் குறிக்குச் சந்தை மதிப்பு உண்டு என்பது தெரிந்தே இருக்கிறது. பேய்களின் உலகில் விபச்சாரம் உண்டு. சில ஊரில் உயிருள்ள ஆண்கள் பேயிடம் போய்வருவதுமுண்டு. ஹிந்துகுஷ் மலைத்தொடரில் வாழும் பழங்குடிகளில் சிலர் பேயுடன் குடும்பம் நடத்துவதுமுண்டு. தற்கொலை செய்துகொள்பவர்கள் பேயாவார்கள் என்பது உலக நம்பிக்கை. அப்படி அகாலத்தில் செத்தவர்கள் பேயாகத் திரிந்து காலம் வரும்வரை வாழ்ந்து முடித்தபிறகே பேய் நிலையைத் துறப்பராம். எனக்கு ஆண் பேய்களுடன் பழகிய அனுபவமுண்டு. நீ சில காலம் பேய்களுடன் வாழ்ந்து பார்; கடவுளை நம்புவாய்.”

‘என் தாய் பேயைப் புணர்ந்துதான் என்னைப் பெற்றதாக உடன் வாழ்ந்த ஊரார்கள் சொல்வார்கள். பேய்க்குப் பிறந்தவர்கள் சாவை அறியாதவராக இருப்பார்களாம். உன்னிடம் ஏற்கெனவே சொல்லியிருக்கிறேன்; என் அன்னையின் கர்ப்பத்திலிருந்தபோதே எனக்குப் பிரக்ஞை முளைத்துவிட்டது. தெருவில் ஓடும் குதிரைகளின் குளம்படிச் சப்தத்தையும் வியாபாரிகளின் கூக்குரலையும் கேட்டபடியே இருப்பேன். என் அம்மா நிறைமாதமாக இருந்தபோதும் அவளைத் தொல்லை செய்து அப்பேய் உறவுகொண்டதையும் என்னால் உணரமுடிந்தது. நான் ஆணாகப் பிறந்ததால் இயல்பாக அப்பேயின் சாராம்சம் என் உடம்பில் ஊறி நானும் வளரவளரப் படிப்படியாகப் பேயானேன். பெண்ணிற்குத் தாய்மை என்னும் கற்பிதம் போல ஆணிற்குப் பேய்மை என்னும் கற்பிதம் புகட்டப்பட்டது. பெண்ணிற்குத் தாய்மையின் ஊட்டத்தில் முலை சுரப்பது போல ஆணுக்கு எதுவும் சுரப்பதில்லை. தாய்மை என்பதே முலைப்பாலாலானது என்பதை உணர்ந்துகொண்டபோது நான், என் மார்பு வளர்ந்து சுரக்காததை எண்ணி முதல்முதலாக அழுதேன். என் அழுகை எனக்குள் இருந்த பேய்மையைக் கழுவிச் சுத்தப்படுத்தியது. உன்னைச் சந்திக்கும்வரை தனியாகத்தான் இருந்தேன். தனியாகத்தான்

வாழ்ந்தேன் என்று சொல்லமாட்டேன். இரண்டு நபர்கள் சேர்ந்திருந்தால்தான் வாழ்க்கை. தனியாக இருப்பதை வாழ்தல் என்று சொல்லமாட்டேன். ஆணின் தனிமை ஈவிரக்கமற்றது. ஏறக்குறைய நானூறு ஆண்டுகளாக எனக்கென்றொரு பெண் சக இருப்பாக அமையவில்லை. மரணத்தைக் கடந்த என்னால் காமத்தைக் கடக்க முடியவில்லை. காமம் ஒரு பெண்ணின் உடம்பில் இல்லை; எனக்கான காமம் என் உடம்பிலேயே இருக்கிறது. அது ஒரு பெண்ணின் மூலமாக என்னிலிருந்து வெளியேறுகிறது. வெளியேறிய பிறகு ஒரு வெற்றிடம் கொஞ்ச நேரம் என்னில் துலங்குகிறது. பிறகு புதுவெள்ளம் நதித்தடத்தில் சுழித்துக் கொண்டோடுகிறது. காமம் ஒரு ஜீவநதி; அதற்கு மரணமில்லை.'

"காமம் உடம்பில் உயிர் போன்றது; அதை மரணத்தின் மூலமாகத்தான் கடக்க முடியும். காமத்தைப் பார்த்து பயந்தவர் அதைக் கடந்ததாகப் பொய் சொல்கிறார். காமக் கடும்புனல், அதில் மிதந்து செல்லும் மரக்கிளைமீது கொக்கு நின்றபடி உறங்குகிறது. உறுமீனை மட்டுமே வேண்டும் கொக்கு நான். மாதவா, காமத்திற்காகக் கொலை செய்வது அபத்தம், தற்கொலை செய்வதே உசிதம். அன்பே காமத்தின் ஆதாரப் பண்பு. கருணை அதன் இயல்பு. அன்பும் கருணையும் சுரக்காத மனத்தில் காமத்தீ அணைந்து, தேகம் கரிக்கட்டையாகிவிடும். உடலுறவு என்பது ஒருவித நிகழ்த்து கலை; அது இசையாலானது. யாழும் குழலும், பியானோவும் வயலினும் போல ஒன்றுடனொன்று இழைந்து உச்சத்தில் ஒலி மங்கி ஒளி அரும்புவது. வாழ்வின் ஒவ்வொரு கணமும் போகத் திளைப்பால் நிரம்பவேண்டும். யோனியும் லிங்கமும் கோர்த்த குறியீட்டைக் கடவுளாய் வழிபடும் குடியைச் சார்ந்த நாம் காமத்தை ஒரு சமய நெறியாக வளர்த்தெடுக்க வேண்டும். வள்ளுவம் அதைத் தொடங்கிவைத்தது; அறம், பொருள், இன்பம்; இன்பம் என்பது இனப்பெருக்கம் அன்று; அது ஒரு வாழ்வியல் மார்க்கம்."

'எல்லாவற்றிற்கும் அப்பாலிருந்து உன்னைப் பார்க்கிறேன். என் நீண்ட ஆயுளில் அலுக்காத ஓர் இருப்பு நீதான். ஆண் பெண் உறவின் மேன்மையைக்கொண்டே ஒரு சமூகத்தின் அறவொழுக்கத்தின் நிலையை அறுதியிட முடியும். தேவகி, நம் இருவருக்கிடையில் உடல்ரீதியான பால்பேதம் எப்படி நம்மை வித்தியாசப்படுத்திக் காட்டுகிறதோ அதே அளவு வித்தியாசம் நம்முடைய ஒவ்வொரு நகர்விலும் இருக்கிறது. கும்பலாக இசைக்கும் சிம்பொனி, குழுவினர் ஒவ்வொருவருக்கும் தனித்தனி இசைக் குறிப்புகள்

கையளிக்கப்பட்டு சேர்ந்திசையாக உருவானபோதும் அதில் ஓசையின் ஒவ்வொரு கீற்றும் தனித்துவமானது; அதுபோலவே சமூகக் கூட்டியக்கமும் தனிமனித இருப்பும். அள்ளிய மணலில் ஒவ்வொன்றும் தனித்தனியானது. ஆணும் பெண்ணும் சேர்ந்து பிள்ளை பெற்றுக் கொள்ளலாம்; ஆனால், சேர்ந்தே இயங்க முடியாது. எதிர்காலத்தில் உலகப்போர் என்பது ஆணுக்கும் பெண்ணுக்கும் இடையே அணி பிரிந்து மூளுவதாக இருக்கும்.'

11

“ஆண் பெண் என்ற இருமை எதிர்வுகளைக் கடந்த இருப்புப் பற்றி நேற்று என் தோழியுடன் பேசிக்கொண்டிருந்தபோது சொன்னேன், ‘கவிதையில் மட்டுமே இயலக்கூடிய ஒன்றை வாழ்தலில் சோதித்துப்பார்க்க முடியாது. ஆயிரத்தி எண்ணூற்று அறுபத்தி நான்காமாண்டு மிலன் நகரில் வாழ்ந்த, ஒரு சிம்பொனியாலான கலைஞர்களின் கதையைச் சொல்கிறேன். இக்கதை பியானோ என்ற பெயரில் திரைப்படமாகவும் வெளி வந்திருக்கிறது. சிம்பொனி இசைக் கலைஞன் ழியோவனி அந்தோனியோ என்ற பெயர்க் குழப்பமுடைய நபரை நீ கேட்டிருப்பாய் அல்லது கேள்விப்பட்டிருப்பாய். உண்மையில் அந்தப் பெயருக்குள் இருக்கும் நபர் ஒருவரல்லர்; இருவர். இசை ரசிகர்களுக்கு இந்த உண்மை தெரியாது; இசை ஆய்வாளர் வட்டத்திற்கு மட்டுமே தெரியும். ழியோவனி என்பது ஒருவனுடைய முதல் பெயர். அந்தோனியோ என்பது மற்றவனுடைய முதல் பெயர். இரண்டு நண்பர்களின் முதற்பெயர்களை இணைத்து ஒற்றைப் பெயரடையாளத்தில் இன்று வரலாற்றில் நிலைபெற்றுவிட்ட பெயர்தான் ழியோவனி அந்தோனியோ. அவன் ஒற்றை அல்லன், இரட்டை. வரலாறு துரோகங்களாலானது. தாயின் ஒரு முலையில் அமுதும் மறுமுலையில் நஞ்சும் சுரந்த கதை இது. இரட்டையர்கள் ஒன்பது சிம்பொனிக் கோலங்களை இணைந்து உருவாக்கினர். எல்லாமே இசைக்குறிப்புகளாக ஏட்டளவில் இருந்தனவே அல்லாமல் ஒன்றுமே பொது அரங்கத்திலோ அரண்மனையிலோ நிகழ்த்தப்படவில்லை. வறுமை. இருவருக்கும் குடும்பப் பின்னணி சொல்லிக்கொள்ளும்படியானது இல்லை. மிலனில் ஓர் அறையில் சேர்ந்து வாழ்ந்தார்கள். மாலையில் சதுக்கத்திற்குச் சென்று வயலின் வாசித்துப் பிச்சையெடுத்த பணத்தில் வாழ்க்கைத் தேவைகளைப் பூர்த்திசெய்து கொண்டனர். தங்களுக்காக அரண்மனைக் கதவுகள் திறந்து வழிவிடும் என்ற நம்பிக்கை நான்கு கண்களில் ஒளிவிட, வாழ்வின் நுண்ணியத்

தருணங்களையும் மனத்தின் தடைசெய்யப்பட்ட இருண்மையையும் இசைக்குறிப்புகளாக எழுதிச் சென்றனர். நாட்களின் தூறல் வலுத்து மழையாக, சதுக்கத்தில் இரட்டை வயலின் இழைகளோடு, ஒரு குருட்டுப் பிச்சைக்காரக் கிழவனுடன் இருந்த பெண்ணின் குரலும் இணைந்து ஒலித்தது. அவள் பெயர் ஒளிவியா. அவளை ழியோவனி, ஒலிவியா என அழைத்தான். அந்தோனியோ, ஒளிவியா என அழைத்தான். ஒருவனுக்கு ஒலியாகவும் இன்னொருவனுக்கு ஒளியாகவும் அவள் இருந்தாள். ஒரு தொடர் மழைக்காலத்தில் முடங்கிய கிழவன் செத்துவிட, ஒளிவியா இரட்டையருடனே தங்கத்தொடங்கினாள். அவள் அழகி அல்லள்; ஆனால் பேரழகிகளையும் மண்டியிடச் செய்யும் குரலின் வண்ணம் கேட்பவரை கிரங்கடித்தது. இரட்டையர் அவளுக்குப் பியானோ என்றொரு பெயரைப் புனைந்து அழைத்தனர். ஒரே சமயத்தில் அந்தப் பியானோவை இருபது விரல்கள் இசைத்தன. ஆம், ஒரே சமயத்தில் இருவர் போகிக்கும் வகையில் பெண்ணுடம்பு மலர்வதை அவர்கள் கண்டு அதிசயித்தனர். அவளுடம்பை மையமிட்டு அவர்கள் உருவாக்கிய இசைக்கோலத்திற்கு 'எல்லையற்ற பெருவெளி' என்று பெயரிட்டனர். கலையும் காமமும் இரண்டறக் கலந்து வறுமையை மங்கச்செய்தன. மூவரும் மிலனிலிருந்து ஃப்ளோரான்ஸ் நகருக்குச் சென்றனர். அரண்மனையின் கதவம் திறந்து வழிவிட்டது. எல்லையற்ற பெருவெளி இசைக்கப்பட்டது. பிளேக் கொள்ளை நோய்க்குப் பிறகு ஐரோப்பியக் கண்டம் முழுவதும் வேகமாகப் பரவிய இன்னொன்று என்னவென்றால் அது எல்லையற்ற பெருவெளி என்ற இசைக் கோலமாகத்தான் இருக்கும். உழைப்புக்குக் கௌரவமாகக் கிடைத்த பணத்தை முதன்முதலாகத் தீண்டினர். புகழின் வெளிச்சத்திற்கு மறுபக்கம் இருட்டு அல்லவா? ஒளிவியா இரண்டு பேருக்கும் ஒருத்தியாக வாழ்வதாகச் சமூகத்தின் சகல மட்டங்களிலும் புறணி பேசப்பட்டது. ழியோவனியும் அந்தோனியோவும் தன்பால் புணர்ச்சியாளர்கள் என்ற ரகசியமும் செய்தியானது. அந்தோனியோ, தாங்கள் இசையைத் தவிர வேறில்லை என ஒரு விருந்து நிகழ்ச்சியில் போதை மிதமிஞ்சித் தலைக்குள் ஏற, கத்தி ரகளையில் ஈடுபட்டான். மேட்டுக்குடிப் பூர்ஷ்வாக்கள் சிதறியோடி குதிரை வண்டிகளில் பறந்தனர். விருந்துக்கூடமெங்கும் ஒயின் பாட்டில்கள் நொருங்கிச் சிதறின. ழியோவனியும் ஒளிவியாவும் செய்வதறியாது திகைத்தனர். மறுநாள் நகரம் முழுவதும் இதே பேச்சு. ழியோவனியும் ஒளிவியாவும் அவமானத்தில் குன்றிக்குறுகினர். இந்தச் சம்பவத்திற்குப் பிறகு ழியோவனி, அந்தோனியோவைத் தவிர்த்தான். அந்தோனியோவின் பெயரை நீக்கிவிட்டு

ழியோவனியின் பெயரில் மட்டுமே இசை நிகழ்ச்சிகள் அரங்கேறின. ஒரு சிம்பொனி நிகழ்வில் அந்தோனியோ குடித்துவிட்டுப் பெரும் ரகளையில் ஈடுபட, வெகுண்டெழுந்த பூர்ஷ்வாக்கூட்டம் அவனை அடித்து உதைத்துச் சிறைக்கு அனுப்பியது. மூன்று மாதங்களைச் சிறையில் கழித்துவிட்டு வெளியில் வந்தவன் அறுந்த வயலின் தந்தியைப்போல சுருண்டுபோனான். ழியோவனிக்கும் ஒளிவியாவிற்கும் திருமணம் முடிந்திருந்தது. சொத்துக்கள் அனைத்தையும் தம்பதியரே முடக்கிக்கொள்ள நடுத்தெருவில் நாதியற்று நின்றான். ஒரு கையில் தந்தியறுந்த வயலினும் மறுகையில் ஒயின் பாட்டிலுமாக ஃப்ளோரான்ஸ் நகரின் சதுக்கத்தில் பிச்சையெடுத்தான். அந்தோனியோவைத் தேடி ஒருநாள் மாலை ஒளிவியா வந்தாள். அவளிடம் பை நிறைய தங்கவில்லைகள் இருந்தன. அதைக் குலுக்கிக் காட்டி, 'இதை எடுத்துக்கொண்டு மிலனுக்குச் சென்று புதிய வாழ்க்கையைத் தொடங்கு, நீ உனக்கான இசைக்கோலங்களை உருவாக்கு. வரலாறு யாரையும் மறுதலிப்பதில்லை.' என்றாள். அதற்குள் அங்கு வந்த ழியோவனி ஒளிவியாவைக் கட்டாயப்படுத்திக் குதிரை வண்டியில் ஏற்ற முயன்றான். கோபத்தில் வெகுண்டெழுந்த அந்தோனியோ அவனுடன் கைகலப்பில் ஈடுபட்டான். ஒளிவியா தனக்கும் உரிமையானவளென்று சதுக்கம் அதிரக் கத்தினான். கூட்டம் கூடிவிட்டது. ழியோவனியின் கீழுதடு கிழிந்து குருதி வழிந்தது. அவன் நிலைகுலைந்து அவமானத்தில் கூசி நின்றான். அந்தோனியோவைப் பார்த்து, 'நாயே என்னுடன் டூயலுக்கு வா' எனக் கத்தினான். ஒளிவியா அதிர்ச்சியில் உறைந்து நின்றாள். மறுநாள் காலை அதே சதுக்கத்தில் டூயல் முடிவு செய்யப்பட்டது. இரவு முழுதும் அந்தோனியோ தன் நண்பனின் நிலைப்பாட்டை எண்ணிக் கண்கலங்கினான். அழிவற்ற இசைக்கோலங்களைச் சேர்ந்து உருவாக்கி வரலாற்றில் அதிசய இரட்டையர்களாய் நிலைப்பெற வேண்டும் எனச் செய்துகொண்ட சத்தியங்கள், சபதங்கள் யாவும் பாழாய்ப்போயிற்றே என வாய்விட்டு அழுதான். அப்படியே தூங்கிப்போனவனை விடியலில் யாரோ வந்து எழுப்பினார்கள். வாரிச்சுருட்டி எழுந்தவனுக்கு நேற்று மாலை நிகழ்ந்தவை ஒவ்வொன்றாய் ஞாபகத்தில் விரிந்தன. சதுக்கத்திற்குக் குதிரை வண்டியில் அழைத்துவரப்பட்டான். ஏற்கெனவே கூட்டம் குளிரையும் பொருட்படுத்தாமல் கூடியிருந்தது. அதைப் பார்த்ததும் அந்தோனியோ உரக்கச் சொன்னான், 'எங்களுடைய படைப்புகளைப் போலவே நாங்களும் வெளிப்படையானவர்கள்.' இருவருக்கும் தோட்டா நிரப்பப்பட்ட கைத்துப்பாக்கிகள் வழங்கப்பட்டன. நூறு அடிகள் கொண்ட இடைவெளியில்

இருவரும் எதிரெதிராக நின்றனர். ழியோவனியின் வெறித்த பார்வை தன் நண்பனின் மீது நிலைத்தது. அந்தோனியோ தலைகுனிந்தபடி நின்றான். இருவரையும் ஒருவரையொருவர் நேரெதிர்கொள்ள நடுவர்களின் தொடக்கவோசை எழுப்பப்பட்டது. யாரும் எதிர்பார்க்கவில்லை. அடுத்த மணி ஒலிப்பதற்குள் அந்தோனியோ தன் நெற்றிப்பொட்டில் தானே சுட்டுக்கொண்டு சரிந்தான். எல்லாம் ஒரே கணத்தில் நடந்து முடிந்தது. ஒரு கணத்திற்கு மேல் செல்லவில்லை. கூட்டம் உறைந்தது. அப்பொழுது ஒளிவியா தனது மாளிகையில் இளங்காலைக் குளிரில் கம்பளிப் போர்வைக்குள் கதகதப்பாகத் தூங்கிக்கொண்டிருந்தாள்.' ஆண் பெண் என்ற இருமை எதிர்வுகளைக் கடந்த இருப்புச் சாத்தியமா? அங்கொன்றும் இங்கொன்றுமாக மேற்கொள்ளப்பட்ட சோதனை முயற்சிகள் ழியோவனி அந்தோனியோ போலக் கொலையிலும் தற்கொலையிலுமாக முடிவுக்கு வந்தன. இனப்பெருக்க விழைவை மீறிய பாலியல் விழைவு உடைமைச் சமூகத்தின் விளைவு. தனிவுடைமை என்பது இயற்கை; பொதுவுடைமை என்பது செயற்கை. இரண்டு ஆண் ஒரு பெண், இரண்டு பெண் ஓர் ஆண் என்பதாகக் கூட்டமைப்பை உருவாக்க தனிவுடைமை என்னும் மனவிழைவு தடையாக உள்ளது. குடும்பம் என்ற தனிவுடைமை அமைப்பை வைத்துக்கொண்டு பொதுவுடைமை என்ற சமூக அமைப்பைக் கட்டமுடியாது."

'பாலை என்பது திணை சார்ந்ததா அல்லது மனம் சார்ந்ததா? கவிதை இயல் வரையறுக்கும் நிலவியல், மனம் சார்ந்தது. தமிழ்ப்பாலை என்பது இல்லை. ஐந்திணைகளுக்குள்ளும் ஐம்புலன்களுக்குள்ளும் அடைபட்டவன் நான். பூமியில் உன் காலடி பதியாத கண்டமுமில்லை, தீவுமில்லை. அன்றோர் இரவு, உன் உடம்பைத் தீண்டாத கடல் இல்லை என்றாய். நீ திசையெட்டும் விரிந்தவள். நான் அடைபட்டவன். மனம் திரிந்து பாலையானவன். மனம் ஒரு புலன் இல்லை; ஆனால் அது ஒரு புலம். தமிழ்ப் பாலை என்பது இதுதான். பூமியைவிடப் பூமியிலிருக்கும் நான் பெரியவன். ஒவ்வொருவரும் இந்தப் பூமியின் வரலாற்றால் ஆனவர். முன்பெல்லாம் தனது மரணத்தைச் சுமந்துகொண்டு எல்லோரும் திரிவதாகத் தோன்றும். உண்மையில் மனிதர் தம் மரணத்தை மறந்துவிடுகின்றனர். வாழ்தல் என்பது பிறந்ததிலிருந்து மரணத்தை நோக்கிய உயிரியல் பயணம் என்ற எதார்த்தத்தை யாரும் பிரக்ஞையோடு எதிர்கொள்வதில்லை. மனவெளி என்பது கலைகளில் தவிர வேறெங்கும் பதிவாவதில்லை. கலைகள் பொதுமக்களுக்கானவையல்ல. மனவெளி நாடகங்கள்

வரலாறாவதில்லை. ழியோவனி, அந்தோனியோ இருவரும் மனவெளி மனிதர்கள். அந்தோனியோவின் தற்கொலைக்குப் பிறகு ழியோவனியால் தனிப் படைப்புகளை உருவாக்க முடியவில்லை. உண்மையில், இருவரில் அன்று செத்தவன் ழியோவனிதான். அந்த மரணம் மனவெளியில் நிகழ்ந்தது. பாலை மரணம்.'

12

“இன்றைய உலகில் ஒவ்வொரு நாளின் பிறப்பு விகிதத்தைவிட இறப்பு விகிதம் அதிகரித்துள்ளது. போர் என்ற பெயரில் திட்டமிட்டு மக்கள் தொகைக் குறைப்பு நடைபெறுகிறது. பெட்ரோலியத்தின் பயன்பாட்டுத் தேவையைக் குறைக்கவே, அப்பெட்ரோலியம் கிடைக்கும் நிலப்பகுதியின் மக்கள் திட்டமிட்டுக் கொல்லப்படுகிறார்கள். நாளை குடிநீருக்காக ஆசியர்கள் கொல்லப்படுவார்கள். இனியான இந்தியத் துணைக்கண்டத்தின் வரலாறு தண்ணீரால் எழுதப்படும். எதிர்காலப் பூமியில் ஐரோப்பியக் கண்டத்தைச் சார்ந்த வெள்ளை இனத்தவர் மட்டுமே வாழவேண்டும் என்ற திட்டமிடல் புதிய நிலப்பகுதிகளைத் தேடிய வெள்ளைக் கடலோடிகளின் காலத்திலேயே வகுக்கப்பட்டது. வேற்றுலகவாசிகள் பூமிக்கு வந்தால் மட்டுமே இங்குள்ள மற்ற இனத்து மக்களுக்கான விடியல் பிறக்கும் என்ற கனவு உலகின் எல்லாப் பகுதி மக்களுக்கும் இருக்கிறது. மாபெரும் நிலப்பகுதியும் மக்கள் தொகையும் கொண்ட சீனத்துச் சிவப்புக் குள்ளர்களும்; ஐரோப்பிய அமெரிக்கக் கண்டங்களின் வெள்ளை நெட்டையர்களும் பூமியில் ஒருவரையொருவர் மேலாதிக்கப் போரில் கொன்றுகொள்வார்கள். ஆப்ரிக்க அராபிய இந்தியத் தொல்குடிகள் எதிர்காலப் பூமியில் உயிர்தரிக்கா. இந்தப் புவிமண்டலம் வேற்றுக்கிரகத்தவரால் கைப்பற்றப்படும். இங்கிருந்து தப்பிய மனிதர்கள் செவ்வாய்க் கிரகத்திற்கு அகதிகளாக இடம்பெயர்வார்கள். ழியோவனி, அந்தோனியோ இவர்களில் யார் செத்தாலும் தனக்கு எந்தவொரு பாதிப்புமில்லை என்ற மனநிறைவோடு கதகதப்பான கம்பளிக்குள் உறங்கும் ஒளிவியா போன்றவர்களே செவ்வாய்க் கிரகத்திற்குச் செல்வார்கள்.”

‘புதிய உலகைத் தேடி வங்காள விரிகுடாவில் பயணித்தவர்கள் புதுச்சேரியில் கரையொதுங்கினார்கள். அவர்களுக்குக் கரையில் நின்ற உன் தந்தை இளநீர் சீவிக்கொடுத்ததைப் படகின் மறைவில் நின்று நான் மருட்சியோடு பார்த்துக்கொண்டிருந்தேன்.

அப்போது நான் சிறுவன், எனக்கு நூறு வயது இருந்திருக்கும். நேற்று நடந்தது போல் மனத்தில் பளிச்சென்று அக்காட்சி துலங்குகிறது. வந்தவர்களும் ஏறக்குறைய மூன்று நூற்றாண்டுகள் நம்மை ஆண்டுவிட்டுத் திரும்பிவிட்டனர். இன்று அவர்கள் இல்லாவிட்டாலும், விட்டுச்சென்ற மொழி நம்மை ஆளுகின்றது. நீ மொழிகளைக் கடந்தவள். என்னைப் போன்ற பெருவாரியானவர்களை அவர்களின் மொழி ஊனமாக்கிவிட்டது. எனது தேசம் ஊனமுற்ற தேசம். தேகத்தின் ஊனம் புலன்களையும் பாதிக்கிறது. ஊனமுற்ற அரசியல் மற்றும் பொருளாதாரம், வாழ்தல் என்பதைத் தேசியத் தற்கொலையாக நிலைப்படுத்தி வைத்திருக்கிறது.'

"இது சாதியத்தால் ஊனமுற்ற தேசம். சாதியப் பண்பாடு, சாதிய அரசியல், சாதியப் பொருளாதாரம்; இம்மூன்றும் இத்தேசத்தை ஒருபோதும் ஈடேற்றா. ஓர் ஊரில் தெருவுக்குத் தெரு, வீட்டுக்கு வீடு வித்தியாசப்பட்ட சாதிகள், இங்கு போல வேறெங்கும் நான் பார்த்ததில்லை. வர்ணப் படிநிலைகளால் மக்கள் கூட்டம் சிதையவில்லை; குறிப்பாகச் சூத்திர வர்ணத்துள் மட்டுமே சாதியமைப்பு செயல்படுகிறது. அவர்ணர்கள் அனைத்திற்கும் வெளியே நிறுத்தப்பட்டுள்ளனர். பொதுவிடத்தில் இரண்டு பேர் இரண்டு சாதியத் தன்னிலைகளாகத்தான் நிற்கிறார்கள். புலியும் மானும் ஒரே காட்டில் இருப்பது போல் வர்ணர்களும் அவர்ணர்களும் ஒரே ஊரில் இருக்கிறார்கள். நான் இந்த நாட்டைவிட்டுப் பரதேசியாய் சுற்றித்திரிவது இதனால்தான். நம் இருவரின் தோலுக்கு நிறபேதமில்லை; ஆனால் தோலுக்கு அடியில் சாதி ஒட்டியிருக்கிறது. இந்த நாட்டை நான் கடக்கும்போதுதான் என் உடம்பைவிட்டுச் சாதி விலகுகிறது."

'நான் தனித்து ஒதுங்கிவிட்டதால் எல்லாவற்றிலிருந்தும் விடுபட்டு ஒரு பறவையைப்போல இருக்கிறேன். மண்ணிலும் விண்ணிலும் இயங்கும் உயிரி அது மட்டுமே. மண்ணிலிருந்து விடுபட்டு நிற்கும் பறவைக்கு மட்டுமே விடுதலையின் பொருள் தெரியும். ஒரு காலத்தில் விதம் விதமான உதிர்ந்த இறகுகளைச் சேகரித்து வைத்திருந்தேன். அந்தப் பழக்கம் கொஞ்சகாலம் எனக்கு இருந்தது. ஒற்றை இறகு முழுப் பறவையின் உருவத்தைக் கொண்டுவிடும். விண்ணையும் மண்ணையும் தேர்ந்தெடுக்கும் உரிமை அதற்கு மட்டுமே உண்டு. பொதுவில் புவியிலுள்ள உயிரினங்களில் வாழ்தலைத் தேர்ந்தெடுக்கும் உரிமையற்ற இருப்பு மனிதர் மட்டும்தான். சமூகமாதல் என்பதே எல்லாவகை ஒடுக்குமுறைகளுக்கும் அடிப்படையாக இருக்கிறது. சமூக

அமைப்பு என்ற கருத்தியல், வன்முறையை ஆதாரமாகக் கொண்டது. ஒற்றை இருப்பு என்பதே சமூக வன்முறைக்கு எதிரான நிலைப்பாடாகும். கூட்டுவாழ்க்கை, இனப்பெருக்கத் தொடர்ச்சியை நிலைப்படுத்தவே உருவாக்கப்பட்டது. ஆனால் கூட்டுச்சமூகம் உயிர்க் கொலையை நியாயப்படுத்துகிறது. அரசியல் தத்துவ அறவியல் கட்டமைப்புகளை ஏற்படுத்திப் புதிய புதிய சொல்லாடல்களை நித்தம் பெருக்கிக்கொண்டே இருக்கிறது. எல்லாச் சொல்லாடல்களும் புனைவுகளே. கதை சொல்லத் தெரிந்தவர் கடவுளாகிறார். 99.99 வெற்றிடத்தால் ஆனது அணு. நாம் அதிகபட்ச வெற்றிடத்தால் ஆனவர்கள். அணு என்ற புனைவிலிருந்து போர் தொடங்குகிறது. இது வெற்றிடத்தின் அரசியல். தேவகி, எனது வெற்றிடத்தில் உன்னையும் உனது வெற்றிடத்தில் என்னையும் நிறைத்துக்கொண்டு நமது எச்சிலால் நம்மை மூடி ஒரு கூடுகட்டிக் கொள்கிறோம். உனக்கும் எனக்கும் மரணமில்லை.'

"இன்றுவரை புதுச்சேரியைத் தாண்டிச் சென்றிராத நீ வகைவகையான இறகுகளைச் சேகரிக்கும் பழக்கத்திற்கு ஆட்பட்டிருந்ததாகச் சொல்கிறாய். உன்னைத் தேடிவந்த பறவைகள் இந்த மண்டலத்தில் உதிர்த்த இறகுகள் அவை. எனக்கொரு நண்பர் இருந்தார்; இந்துஸ்தானம் பாகிஸ்தான், இந்தியா, வங்கம் எனத் தனித்தனி நாடுகளாகப் பிரியாத காலத்திய இஸ்லாமியர். அவர் ஓர் ஆர்னித்தாலஜிஸ்ட். பறவையியல் அறிஞர். பறவைகளின் இறகுகளைத் தேடி உலகெங்கும் திரிந்து சேகரித்தவர். அவர் அளவிற்கு அதிகப்படியான பறவை இனங்களைக் கண்டவர் உலகில் வேறு இலர். அமேஸான் காடுகளில் அவருடன் நான் திரிந்திருக்கிறேன். தனது நூறாவது வயதில் சில அரசியல் காரணங்களால் தற்கொலை செய்துகொண்டார். அவர் வளர்த்த இஸ்ரேலியப் பச்சைக்கிளி ஒன்றின் எச்சம் கொடிய நச்சுத்தன்மை வாய்ந்தது. பாலைவனப் பழங்குடிகள் தங்கள் அம்பு முனையில் ஈர எச்சத்தைத் தடவி எதிரியைக் கொல்வர். அதை உட்கொண்டு செத்தார். அவருடைய அக்குள் மற்றும் பாலுறுப்புப் பகுதிகளில் பச்சைக்கிளியின் அடிவயிற்றுப் பொடிப்பொடி இறகுகள் முளைத்துப் புதர்ந்திருந்ததை உடற்கூறாய்வின் போது மருத்துவர்கள் கண்டு அதிசயப்பட்டனராம். பறத்தல் என்ற வினைச்சொல் பறவை என்ற பெயர்ச்சொல்லாகி நிற்கும் தமிழின் பழமை குறித்தும், தமிழ் என்ற பெயரில் எத்தியோப்பியாவின் உள்ளூர் மொழியொன்றில் பச்சைக்கிளி அழைக்கப்படுவது குறித்தும் சாவதற்குமுன் ஒரு கட்டுரை எழுதியிருக்கிறார். மேலும்

அக்கட்டுரையில் பறவைகளின் பொதுமொழி தமிழ் என்றும், பச்சைக்கிளிகளிடமிருந்தே தமிழை மனிதர்கள் போலிசெய்தனர் என்றும் எழுதியிருக்கிறார். பச்சைக்கிளியைத் தமிழர்களின் தேசியப் பறவை எனக் குறிப்பிடும் அவர், மதுரை மீனாட்சியின் தோளிலுள்ள பச்சைக்கிளி, ஆண்டாள் தோளிலுள்ள பச்சைக்கிளி பேசினால் தமிழரின் தொன்மையும் அவர்தம் உண்மை வரலாறும் வெளிச்சத்திற்கு வரும் எனச் சொல்கிறார், இத்தனைக்கும் அவர் தமிழர் அல்லர். பலூஸிஸ்தான் நிலப்பகுதியின் திராவிடர் குடிமரபைச் சார்ந்தவராகத் தன்னைக் கூறிக்கொள்கிறார். அவரது 'பறவையாதல்' என்ற ஆங்கிலச் சுயசரிதை நூல் 'பறப்பதனால் அது பறவை' என்ற தலைப்பில் தமிழிலும் வெளிவந்துள்ளது. அந்த அறிஞர் தன்னைப் பறவை மனிதன் என்றே கூறிக்கொண்டார். பறவையாதல் வேண்டும் என்ற ஏக்கம் யாருக்குத்தான் இல்லை? மாதவா, இறந்தவரை தூக்கிக்கொண்டுபோய் மலைமுகட்டில் கழுகுகளுக்குப் படைத்துவிடும் பழக்கம் சில குடிகளிடம் உண்டு. இறந்தவர் கழுகுகளுக்கு உணவாகிக் குருதியாகி மீண்டும் இயக்க விசையாகிவிடுகிறார். வெளியே பறவையின் இயக்க வெளி. இறந்தவர் பறவையின் சிறகுகளுக்கு விசையாகிறார்."

'நள்ளிரவில் மொட்டைமாடியில் மல்லாந்து படுத்துக்கொண்டு கரிய வானை உற்று நோக்கியபடி இருப்பேன். வலசை போகும் நாரைகள் எந்த நிலப்பகுதியின் மீது பறக்கின்றனவோ அந்த நிலத்தின் வரைபடத்தைப் பறந்தபடியே வரைந்து பார்க்குமாம். இந்தியாவின் வடிவத்தில் அவை பறப்பதை பலமுறை பார்த்திருக்கிறேன். இங்கிருந்து வடக்கு நோக்கிய கிழக்குக் கடற்கரைச் சாலையில் கழுவெளி ஏரி தொடங்கி வழி நெடுகிலும் தாமரைக் குளங்கள், உப்புக் கழிமுகங்கள், கடலில் கலக்கும் ஆறுகள் என நீர்நிலைகளால் விரிந்த நிலம் வேடந்தாங்கலில் பறவைகளின் ஆலயமாகிறது. இந்த ஊர் சிட்டுக்குருவிகளுக்கானது. ஒரு காலத்தில் இது தேன் சிட்டுக்களின் சுயாட்சிப் பகுதியாக இருந்தது. கள்ளுக்குருவி என்றும் தவிட்டுக் குருவி என்றும் அழைக்கப்படும் பறவை கள் குடிக்கும். பாளையில் கவிழ்க்கப்பட்டிருக்கும் பல்லாவிற்குள் தலையை நுழைத்துக் கள் குடிக்கும். எப்பொழுதும் அப்பறவை கூட்டமாக இருக்கும். தவிட்டு நிறத்தில் அழுக்காகக் கள் வாடை கமழ விருட் விருட்டென அங்கு மிங்கும் பறந்தபடி இருக்கும். கள் குடிக்கும் குருவி கவிதையாகிறது. கள் வடியும் தென்னையைச் சுற்றியே கள் மணம் புகையக் குமையும் பறவைகள் போதையில் தள்ளாடும் அழகே அழகு. குடிகாரக் குருவிகள். குடிகாரப் பறவை.'

“ஆம், போதையில் மனிதர் பறவையாகிறார். மது அருந்துவது பல சமூகங்களில் தடைசெய்யப்பட்டுள்ளது. அது தண்டனைக்குரிய குற்றமாகக் கருதப்படுகிறது. தனக்கான ஒரு போதைப் பொருளை கைக்கொள்ளாத சமூகம் உலகில் உண்டா? கடவுளையும் கஞ்சாவையும் கண்டுபிடித்த மூளைதான் அணு விஞ்ஞானத்திலும் தேர்ந்தது. தாவரம் தரும் போதையைக் கண்டு பயம்கொள்வது அறிவீனம். திராட்சைச் சாற்றைப் புளிக்கவைத்துப் பருகுவதில் என்ன தவறு இருக்கிறது? ஒரு சமூகத்தின் மதிப்பீடுகள் வெளியிலிருந்து வரும் மதிப்பீடுகளால் தொந்தரவுக் குள்ளாகின்றன. கலை இலக்கிய அறிவியல் மதிப்பீடுகள் மட்டுமே கொடுக்கவும் வாங்கவும் ஏற்றவையாக உள்ளன. மதம்சார் ஒழுக்க அறவியல் மதிப்பீடுகள் மதுவை ஒதுக்குகின்றன. கடவுளுக்கு மதுவைப் படையலிடும் வழக்கமும் நமது மரபுகளில் உண்டு. அளவுக்கு அதிகமாக உட்கொண்டால் உயிர் சுரக்கும் உணவும் உடம்புக்குக் கேடு பயக்கும். மூளையின் ஆற்றலில் இருபது விழுக்காடு மட்டுமே இன்றுவரை பயன்படுத்தப்பட்டுள்ளது. போதை, முளையின் புதிய தளங்களைப் பயன்பாட்டுக்கு உட்படுத்துகிறது என்று உலக அறிவாளிகள் சொல்லக் கேட்டிருக்கிறேன். முந்நூறு ஆண்டுகளாக நான் மது அருந்தி வருகிறேன். உலகிலுள்ள எல்லாவித இயற்கைப் போதைப் பொருட்களையும் நான் சுவைத்திருக்கிறேன். மிளகு, சீரகம், பூண்டு, மஞ்சள், உப்பு இவற்றுடன் கஞ்சாச் செடியின் கொழுந்துகளை நீருடன் சேர்த்துக் கொதிக்கவைத்துத் தயாரிக்கப்படும் சாறு மேற்குத்தொடர்ச்சி மலைவாழ் மக்களிடம் அருந்தக் கிடைக்கிறது. குருவி மட்டுமன்று வௌவால் கள் குடிக்கும். குரங்கு, மரநாய் போன்றவையும் குடிக்கும். ஈ.வே. ராமசாமி பெரியார், கள் இறக்கும் தென்னை மரங்களை வெட்டிச் சாய்த்த அன்று, நானொரு மரமேறியின் மகள் என்ற வகையில் வருத்தப்பட்டேன். தென்னங்கள் மனிதர்க்கு மட்டும் உரித்தானது அன்று; அந்த வட்டாரத்துக் குருவியும் குரங்கும் ஈ.வே.ரா.வின் செயலால் வருத்தப்பட்டிருக்கும்.”

‘என் மகள் பூமிதா இங்கு வந்து என்னுடன் சில மாதங்கள் தங்கியிருந்த போது ஓர் ஊரின் கதையைச் சொன்னாள். கரீபியத் தீவின் கதை. ஒரு கிராமத்தில் காலகாலமாகப் பெண்கள் இரட்டையராகத்தான் பெற்றெடுக்கிறார்களாம். தனித்த குழந்தையின் கரு எந்தவொரு பெண்ணுக்கும் தங்காதாம். ஊரைத் தாண்டி வெளியில் யாரும் மணம் முடிப்பதில்லை. இரட்டையாகவன்றி ஒற்றையாகப் பெற்றெடுத்தால் அப்பெண்ணைக் கற்பில் குறைபட்டவளாக ஊர்கூடிக் குற்றம் சுமத்தித் தாயையும் குழந்தையையும் கொன்றுவிடுவார்களாம்.

அங்கு ஆண் குழந்தைக்குத் தாய்ப்பாலும் பெண் குழந்தைக்குத் தென்னங்கள்ளும் ஊட்டி வளர்ப்பார்களாம். அக்குடியில் கள் என்பது பிறந்ததிலிருந்து இறக்கும்வரை பெண்களுக்கென்றே ஒதுக்கப்பட்டதாம். ஆண்களுக்குக் கள் விலக்கப்பட்டதாம். இரட்டை இரட்டையாகப் பெற்றெடுக்கும் பெண்களுக்குக் கள் ஊட்டச்சத்தாக இருக்கிறது கள் மட்டுமே பெண் குழவிக்குப் பாலாகிறது. கள், தமிழரின் பண்பாட்டு அடையாளம்; பனை, ஈழத்தமிழரின் தேசிய அடையாளம். தென்னையும் பனையும் இல்லாத நிலை, தமிழ் வழக்கொழிந்து தமிழர் மட்டுமே வாழ்வதை ஒத்தது.'

"மாதவன், நகைச்சுவைக்காகச் சொல்கிறேன்; அந்த ஊரில் ஒருத்தி இருந்தாளாம். அவளுக்கு அப்படிச் சோதித்துப் பார்க்க மனம் பரபரத்ததாம். அன்று இரவு கணவனுடன் படுத்து நள்ளிரவில் எழுந்து அடுத்த அறையில் தூங்கிக்கொண்டிருந்த கொழுந்தனிடம் சென்றாளாம். அவனுடனும் படுத்து எழுந்தவளை, காலையில் கணவன் ஏன் இப்படிச் செய்தாய் எனக் கேட்டதற்கு, அவள் குறுகுறுப்போடு சொன்னாளாம்; ஒரே இரவில் இரண்டு பேருடன் அடுத்தடுத்துக் கலந்தால் இரட்டைக் குழந்தை பிறக்குமாம், பக்கத்து வீட்டுக்காரி சொன்னாள். அவளும் இப்படித்தான் செய்தாளாம். அவள் சொல்லித்தான் நானும் செய்து பார்த்தேன். அவளுக்கு இரட்டைக் குழந்தை, தெரியும்தானே? எனக் கணவனிடம் அப்பாவியாகக் கேட்டாளாம். பிறந்ததில் ஒன்று கணவனின் சாயலிலும் மற்றொன்று அவனது தம்பியின் சாயலிலும் இருந்தால், இதை நம்பாதவர் யார்?"

'வெயிலும் மழையும் கலந்து உருவான 'மௌள' என்றொரு இனக்குழு நம்மிடையே உண்டு. மழைக்காலத்தில் கருத்தறித்தால் பெண் குழந்தை பிறப்பதும், கோடைக் காலத்தில் கருத்தங்கினால் ஆண் குழந்தை பிறப்பதும் இயற்கை என்றாகிவிட்ட நிலத்தில் இரண்டு பருவங்கள் மட்டுமே மாறிமாறி வந்துபோயின. மழையாலான பெண்களும் வெயிலாலான ஆண்களும் தங்கள் மனநிலையிலும் மழையும் வெயிலுமாகவே இருக்கிறார்கள். தொடர்ந்து ஆறு மாதங்களுக்கு மழையாகவும் ஆறு மாதங்களுக்கு வெயிலாகவும் இருந்த சூழல் படிப்படியாக மாறி, ஒரு நாள் மழை மறுநாள் வெயில் என நாள்தோறும் வானிலை மாறிமாறி அமைகிறது. மேற்கில் மஞ்சள் வெயிலும் கிழக்கில் மெல்லிய தூறலுமாக நாள் முடிவை நோக்கிச் சரியும்போது வெளியிலிருந்து வந்தவர்க்குக் குழப்பத்தைத் தரலாம். இது போன்ற இரண்டுங்கெட்டான் நாளில் கலப்பவர் பால் குழம்பிய மகவைக் கருத்தறிப்பர்.

இவர்கள் மூன்றாம் பாலரென அழைக்கப்படுகின்றனர். ஆண் பெண் பாலருக்கு இணையான எண்ணிக்கையில் மூன்றாம் பாலர் இருக்கின்றனர். இது உலகில் வேறெந்த நிலப்பகுதியிலும் காண முடியாதது. ஆண் + பெண் = ஆபெண். ஆபெண்கள் கருத்தறிப்பதில்லை. வெயிலும் மழையும் கலந்து உருவாகும் இவர்கள் உயர்பிறப்பினராகக் கருதப்படுகின்றனர். பெண்ணைப் போல ஆண்களும் தலைமுடி வளர்க்கின்றனர். மேலும் வளர்ந்த ஆண்கள் தாடி மீசையை மழிப்பது தண்டனைக்குரிய சமூகக் குற்றமாகக் கொள்ளப்படுகிறது. ஆபெண்கள் தலை, முகம், கால், கை இடுக்குகளில் வளரும் முடியைச் சுத்தமாக நீக்கிவிட வேண்டும். உடம்பில் வளரும் மயிரைக்கொண்டு முப்பாலாரும் வேறுபடுத்தப்படுகின்றனர். கிழக்கில் கடலும் மேற்கில் மலைத்தொடரும் வடக்கிலும் தெற்கிலும் எல்லைத் தெய்வங்களாகி ஓடிக் கடலில் கலக்கும் ஜீவநதிகளும் நாற்புற அரணாகி நிற்கும் ஊரில், சமற்கிருதக் கலப்பில் தமிழ் பேசும் குடி, சிந்து சமவெளிக் காலத்திலிருந்து வாழ்ந்துவருகிறது. அதைப் பற்றித்தான் பேசுகிறேன். பரந்த இந்தியாவில் கைப்பிடி அளவு நிலத்தில் வாழும் இவர்கள், தனி நாடு கேட்கிறார்கள். உலகமெங்கும் சுயநிர்ணய உரிமைக்காக ஆயுதமேந்திப் போராடும் தேசிய இனங்களுக்கு நடுவில் இவர்களின் போராட்டம் வேறுபட்டது. உயிரியல் ரீதியாக ஆக்கபூர்வமானது. இனக்கலப்பிற்கு வழிவிடாமல் தங்கள் பெண்களைக் காக்கும் ஆண்கள்; தாங்கள் மட்டும் வேறு இன, தேசியப் பெண்களுடன் கலந்து தங்கள் இனத்தைப் பெருக்குவதற்கான விளைநிலங்களாக அவர்களைப் பயன்படுத்திக் கொள்கின்றனர். தங்கள் வித்து உலகமெங்கும் பரவவும், அதேசமயம் பிற அந்நிய வித்துத் தம் நிலத்தில் ஊன்றப்படாமல் காப்பதுமே இவர்களின் போராட்ட வடிவமாக இருக்கிறது. தூய பெண்ணிருப்பைப் பேணிக்காப்பதில் மூன்றாம் பாலர் முக்கியப் பங்காற்றுகின்றனர். பெண்ணொருத்திக்கு ஆணொருவனை மணம் முடிக்கும்போது அப்பெண் கொண்டுவரும் சீதனமாக ஆபெண் ணொருத்தியும் அதே ஆடவனுக்கு மணம் செய்விக்கப்படுகிறாள். இதே புதுச்சேரியின் கீழடுக்கில் கண்ணுக்குப் புலனாகாத அவர்களின் நகரம் காலகாலமாக இயங்கி வருகிறது. கிழக்குக் கடலில், தெற்கிலும் வடக்கிலும் ஆறுகள் எல்லையறுத்துக் கலப்பதை நாம் அறிவோம். மேற்கில் இல்லாத மலைத்தொடர் எல்லையாகி நிற்கும் அவர்களின் தேச வரைபடம் குழப்பத்தைத் தருகிறது. ஒருவேளை, மேற்குத்தொடர்ச்சி மலைகள்வரை அவர்களின் மேற்கு எல்லை நீள்கிறதோ என்ற ஐயப்பாடும் எனக்குண்டு.'

“வரலாற்றில் மேலெழுந்து வராத, அமுக்கப்பட்ட இனக்குழுக்கள் இந்திய நிலப்பரப்பில் ஏராளமாக இருக்கின்றன. அதிலும், இந்நிலப்பரப்பில் மிகவும் தொன்மையானது நமது தமிழ்க்குடி. இதன் கிளைக்குடிகள் பல்வேறு கலப்பிற்கு உள்ளாகித் தம் இருப்பை தக்கவைத்துக் கொண்டுள்ளன. மொழிக் கலப்பை ஏற்றுக்கொண்ட இனக்குழுக்களில் சில இனத்தூய்மையை மட்டும் கறாராகப் பேணிவருகின்றன. அவற்றுள் ஒன்று ‘ழௌ’. ழௌவர்களைப் பற்றி, பிரெஞ்சு மானுடவியல் அறிஞர் ஒருவர் எழுதியிருக்கிறார். ழான் ழூவே –Jean Jouvet– என்ற அந்த அறிஞர் இங்கு வந்து அவர்களுடன் தங்கிப் பயின்று அவர்களின் வாழ்வியலைப் பதிவுசெய்திருக்கிறார். சங்ககாலம் முதலாக இன்றுவரை ஐந்திணைகளில் வாழும் தமிழர்களில் ஒரு பிரிவினர் கண்ணுக்குப் புலனாகாத ஆறாம் திணையில் வாழ்வதாகக் குறிப்பிடுகிறார். சங்க இலக்கியத்தில் பயின்றுவரும் பாலைத்திணை போன்றதே இந்த ‘ழௌவம்’ என்கிறார். குறிஞ்சி, முல்லை, மருதம், நெய்தல், பாலை, ழௌவம் என ஆறு திணைகளையும் வரிசைபடுத்துகிறார். ழௌவம் என்ற சொல்லுக்குத் தலைமறைவு என்ற பொருளும் உண்டு என்பதைக் கொண்டு, பாலையும் ழௌவமும் தமிழ் நிலத்தில் தலைமறைவுத் திணைகள் என அறுதியிடுகிறார். தொல்காப்பியம் முதலாய் அனைத்துப் பிரதிகளிலும் ழௌவத்திணை பற்றிய எந்தவொரு தகவலும் முற்றாய்த் தவிர்க்கப்பட்டு இருட்டடிப்புச் செய்யப்பட்டுள்ளது. உலக வரலாற்றில் தமிழினம் உரிய அங்கீகாரம் பெறவில்லை என்பதும், திட்டமிட்டே இந்த இனம் ஒதுக்குதலுக்கு உள்ளாக்கப்பட்டுள்ளது என்பதும் திண்ணம். வரலாற்றில் பகல் கொள்ளைக்கு ஆளான இனம் நாம். சங்க இலக்கியப் பிரதிகள் உ. வே. சாமிநாதையரால் தொகுக்கப்பட்டபோது தனக்கு ஒவ்வாததை அவர் சாம்பலாக்கினார். அவரால் கொளுத்தப்பட்ட ஓலைச் சுவடிகளில் ழௌவர்களின் பிரதிகள் புறத்திணை எனத் தமிழ் மரபிலிருந்து திட்டமிட்டு அழிக்கப்பட்டன என்று ழான் ழூவே குறிப்பிடுகிறார். இதை நான் திட்டமிடப்படாத அழித்தொழிப்பு என்றே சொல்வேன். தமிழ்த் தொகையறிவு என்பதில் ஒவ்வாமையை ஒதுக்குதல் என்ற மனப்போக்கு காலகாலமாகப் பொதுப்புத்தியில் மிக இயல்பான ஒன்றாக ஆகிப்போனது. அனல்வாதம், புனல்வாதம் என்ற அறிவு அழித்தொழிப்பு இங்கு நடந்தது போல் உலகச் சமூகங்களில் வேறெங்கும் நடந்ததில்லை. இந்த அறிவு அழித்தொழிப்பை இன்றைய சொல்லாடலில் ‘ஒருவித இன அழித்தொழிப்பு’ என்று ழூவே எழுதிச்செல்கிறார். பாரீசிலுள்ள ஸொர்போன் பல்கலைக் கழகத்தின் மானுடவியல் துறையில் பேராசிரியர். ழூவேவைத் தேடிச்சென்று சந்தித்திருக்கிறேன்.

அப்போது அவரிடம் இன்றைய பின்நவீன உலகில் 'ஜௌ' சமூகம் எப்படித் தன்னை வெளிப்படுத்திக் கொள்கிறது எனக் கேட்டேன். தனது பெருத்த வயிற்றை இருக்கை முழுவதும் நிறைத்துக் குலுங்கச் சிரித்தபடி சொன்னார்; 'ஸொர்போன் பல்கலைக்கழகத்தின் மானுடவியல் பேராசிரியரைத் தேடிவந்து ஒருத்தி தன் இனக்குழு பற்றி உரையாடும் அளவிற்கு அச்சமூகம் தன்னை வெளிப்படுத்திக் கொண்டுள்ளது.' தமிழ் பேசும்பொது ஐரோபியருக்கும் தமிழர் முகம் துலங்குகிறது."

13

'தேவகி, காலம் என்பது மனிதரின் கற்பிதம். அதில் அவர்தம் நினைவுகளின் தொகுப்பை வரலாறு என்கிறோம். சங்க இலக்கியங்களை தனிமனிதரின் பாடல்களாக நாம் பயிலாமல் அவற்றைத் தமிழர்களின் வரலாறாகப் பார்க்கிறோம். வரலாறு என்பது ஒரு பிரதி. அது ஒவ்வொருவரின் வாசிப்பிலும் அர்த்தப்படுத்தலிலும் வேறுவேறாகிறது. முற்றான பிரதி என்று எதுவுமில்லை. சங்க இலக்கியத்தை மானுடவியல் ஆய்வு நோக்கில் அணுகினால், தமிழ் நிலப்பரப்பில் உயிருடன் புதைக்கப்பட்டுள்ள ஏராளமான இனக்குழுக்களைத் தோண்டியெடுக்க முடியும். யௌவர்களின் தேசியம் அவர்களின் உடம்புதானே தவிர மண் இல்லை. ஓர் இனம் வரலாற்றில் தன் இருப்பைத் தக்கவைத்துக்கொண்டால் அது பூமியில் என்றேனும் எங்கேனும் தனக்கென்று ஒருபிடி நிலத்தைச் சொந்தமாகக் கொண்டுவிடும். யூதர்களுக்கு இஸ்ரேல் என்னும் நேற்றைய நிலம்; தமிழர்க்கு ஈழம் என்னும் நாளைய நிலம்.'

"மாதவன், எனக்கு அயர்ச்சியாக இருக்கிறது. நம் மகளைப் பற்றிய நினைவில்லாமல் இருக்கிறோம். ழகரி பூப்பெய்தும் பருவத்தைத் தொடும் வயதை நெருங்குகிறாள். அவள் மட்டும் காலத்தில் பின்நோக்கி வளர்கிறாள் என்பதை ஞாபகம் கொள். நாம் இருபத்தியோராம் நூற்றாண்டில் பத்து அடிகள் முன்னோக்கி வைத்திருக்கிறோம்; ழகரி பத்து அடிகள் பின்னோக்கி வைத்து இருபதாம் நூற்றாண்டின் முடிவிலிருந்து அதனுள் நுழைகிறாள். அவள் இருப்பு நம் எதிரிலிருக்கும் பார்வையாளர்களைக் குழப்பத்தில் ஆழ்த்தும். நம் சொல்லாடலுக்குத் தொடக்கமுமில்லை; முடிவுமில்லை. நமக்கு மரணம் இல்லை என்றான பிறகு நம் பேச்சுக்கு முடிவில்லை. நாம் அண்டத்தின் எல்லையின்மையுள் ஒடுங்க வேண்டும். ஆனால், ழகரிக்கு மரணமுண்டு. அதற்குள் அவளை இந்த உலகை வலம்வரச் செய்யவேண்டும். கலை, இலக்கியம், சமூகவியல், விஞ்ஞானம் தராத அனுபவ அறிவை, உலகைச் சுற்றும் நாடோடி வாழ்க்கை தரும். நான் முருகனைப்

போல உலகைச் சுற்றி வருபவள்; நீயோ பிள்ளையாரைப் போல ஊரைச் சுற்றி வருபவன். மனித அறிவைப் பொதுவுடைமையாக்க வேண்டும். சிறையை உடைத்து அறிவை விடுதலை செய்யவேண்டும். இனியான புரட்சிகரச் சமூகச் செயல்பாடு இதுவாகத்தான் இருக்கும். அதற்கு ழகரியைத் தயார் செய்யவேண்டும். அறிவு ஓரிடத்தில் தேங்கும்போது அது அதிகாரமாகிறது. எதற்குள்ளும் அடங்காத நாடோடி அறிவு பாசிசத்திற்கு எதிரானது. மகளை, பாசிசத்திற்கு எதிரானவளாக, அதைக் கடந்தவளாக ஆளாக்க வேண்டும்."

'நான் பல தலைமுறைகளைக் கடந்துகொண்டிருக்கிறேன். புதுச்சேரி மிகச் சிறிய நிலப்பரப்பு. இது பன்முக நகரம். பன்னாட்டுப் பண்பாட்டு நகரம். உலகில் அதிக மொழிகளைப் பேசும் மக்களைப் புழக்கத்தில் கொண்ட மிகச் சிறிய நிலப்பகுதி இதுவாகத்தான் இருக்கும். இங்கிருந்துகொண்டு உலகை நான் அறிகிறேன். உனது மொழியில் சொன்னால், ஊரைச் சுற்றும் பிள்ளையார் நான். ஆதி பகவன் முதற்றே உலகு என்கிறார் திருவள்ளுவர். இரண்டாயிரம் ஆண்டுகளுக்கு முன்பு அவருடைய உலகு என்னவாக இருந்திருக்கும்? கண்டங்களையும் பெருங்கடல்களையும் அறிந்திராத வள்ளுவருக்கு ஆதியும் பகவனும்தானே முதற்றே உலகாக இருந்திருக்க முடியும். ஆக, தாயையும் தந்தையையும் சுற்றிவந்து உலகைச் சுற்றியதாகச் சொன்ன குழந்தைத் தெய்வம் முதல் குறளுக்கு மூலமாக விளங்குகிறது. தேவகி, மகளைப் பற்றிய சிந்தனைகள் என்னைப் போரால் தனித்துவிடப்பட்ட மகள்களைப் பற்றிய எண்ணங்களுக்குள் ஆழ்த்தி விடுகின்றன. ழகரி இங்குப் பள்ளிப்படிப்பை முடித்தபிறகு மேற்படிப்பைத் தொடர, பிரான்சிற்குச் சென்றுவிடுவாள். பிரெஞ்சுக் கலைஞர்களும் அறிவுஜீவிகளும் மனத்திற்கும் உடம்பிற்கும் அணுக்கமானவர்களாக இருப்பார்கள் என நம்புகிறேன். உன்னைச் சந்தித்த நாள்வரை நான் கடந்துவந்த காலம் முழுவதும் தனித்துவிடப்பட்டவனாகவே வாழ்ந்தேன். நான் பாதி உடம்பாலும் மீதி உடலாலும் ஆகியிருந்தேன். பெண்ணாலான இடப்பக்கம் செயலற்றுச் சடமாகக் கிடந்தது. நான் உயிர்த்துவத்தையும் சடத்துவத்தையும் ஒருங்கே கொண்டிருந்தவன். தேவகி, பாதியாகி நின்ற நான், உன்னால் முழு மனிதனானேன். பல நூற்றாண்டுகளின் மனித அறிவால் உருவானவன். எனக்கென்று தனி அடையாளம் ஏதுமில்லை. என்னைச் சுற்றிலும் பிறப்பும் இறப்பும் நிகழ்ந்தபடி இருக்கின்றன. நான் பிறக்கும்போதே பிறந்துகொண்டிருக்கிறேன் என்பதை உணர்ந்தவன். என் தாயின் கருவறைக்குள் இருந்தபோதே எனது

பிரக்ஞை விழித்துக் கொண்டது. அங்கு நானிருந்த நாட்களை இன்றும் ஞாபகம் கொள்ள முடிகிறது. இருண்ட கிணற்றில் கண்மூடி மிதந்தேன். ஓங்கார ஓசை அநாதி வெளியிலிருந்து கேட்டது. நான் பிறந்த கணம் முதலாய்ப் பேசினேன். சுவாசத்தின் உடன் நிகழ்வாய்ப் பேச்சும் இருந்தது. அம்மா அப்பா என்று என்னைச் சுற்றி உறவுகளும் அவர்களைச் சுட்டும் பெயர்களும் முடிவற்று வளர்ந்தன. இறுதியாகக் கடவுள் என்ற உறவைத் தொட்டு அழைக்க, அது கல்லாக இருந்தது. எல்லா உறவுகளும் உடம்போடும் உயிரோடுமிருக்கக் கடவுள் மட்டும் சடமாகவும் பிறகு வெறும் கருத்தாகவும் இருந்தது. தன் உடம்பிலிருந்து அழுக்கைத் திரட்டியெடுத்து உயிரூட்டி ஒரு பிள்ளையைச் செய்த சக்தியைப் போலக் கடவுளென்ற கருத்தைத் திரட்டிப் பிசைந்து உயிர் கொடுத்து என்னுடைய சக இருப்பாய் வைத்துக்கொள்ள விழைந்தேன். கைக்குள் சிக்காத பரம்பொருள் சிந்தைக்குள் மட்டுமே அடங்கும் என்பதை உணர்ந்த கணம் என்னுள் காமம் விழித்தது. காமம் என்பது உணர்வு மட்டுமன்று, அது கடவுளை அறிதல் போன்றதோர் அறிவு என்ற ஞானத்தை அடைந்தபோது எனக்கு வயது நூற்றிப்பதினெட்டு. மிச்சம் வைக்காமல் ஒரு பெண்ணைத் தின்றுவிட விழைந்தேன். அவா. பேரவா. எவ்வளவு தின்றாலும் எப்படித் தின்றாலும் அவள் மீந்துகொண்டே இருக்கிறாள். இன்றுவரை, நீ உட்பட எவளொருத்தியையும் என்னால் கடந்து நிற்க இயலவில்லை. கடவுளைப் போலக் கடந்து செல்ல முடியாத வெட்டவெளி நீ. சென்ற நூற்றாண்டில் கொஞ்சகாலம் நான் பெண்ணாக மாறிவிடும் முயற்சியிலிருந்தேன். ஆண்டுக்கு ஒருமுறை இங்கிருந்து நடந்தே கூத்தாண்டவர் கோயிலுக்குச் செல்வேன். பிரெஞ்சிந்தியாவிலும் ஒரு கோயில் அரவாணிகளுக்கென்று இருந்தது, அப்போது வெளித் தெரியாமல் இருந்தது; இன்று மிகவும் பிரசித்தம். ஊசுட்டேரியின் பத்துக்கண்ணுப் பகுதியிலிருக்கும் பிள்ளையார் குப்பம் கூத்தாண்டவருக்கு நேர்ந்துகொண்டு சென்றுவருவேன். பெண்ணாகும் முயற்சியில்தான் சமையற் கலையில் தேர்ந்தேன். பெண்மை என்பது உடம்பில் இல்லை அது மனத்துள் உள்ளது எனச் சோதிடம் கற்றபோது அறிந்தேன். ஆணுக்குள் பெண்ணும் பெண்ணுக்குள் ஆணும் என்றான பிறகு, ஆணுக்கும் பெண்ணுக்குமிடையில் தாய்மையாதல் என்ற வினை மட்டுமே வேறுபட்டு நிற்கிறது என்பதை அறிந்தேன். தாய்மைக்குள் ஒடுங்குவதே பெண்ணைக் கடக்கும் பெருவழிப் பயணம்.'

"பெண்மை தாய்மை நிலையை அடையாதபோது பேய்மை நிலையை அடைகிறது. தமிழ்ப்பெண்மை, தமிழ்த்தாய்மை,

தமிழ்ப்பேய்மை இவற்றின் மொத்த உருவகமாக அணங்கு பெண்ணுக்கு ஆகிவருகிறது. காரைக்காற் பேயான புனிதவதி, கண்ணகி, நீலி எனத் தாய்மை, பேய்மை கொண்ட தடங்களைத் தமிழ் இலக்கியத்தில் காண்கிறோம். தாய்மையை மறுத்துப் பேய்மைக்குள் அடங்காமல் அறிவை என்றாகி நின்ற மணிமேகலை என்ற உருவகமே பெண்ணிலையின் உச்சம். தாய்மை என்பது உடம்பின் நிலை அன்று; அது அறிவின் நிலை. மணிமேகலையே அறிவின் உச்சம். அவளே தாய்மையின் எல்லையின்மை."

'தேவகி பல நேரங்களில் நான் என்னை ஒரு புனைவு உயிரியோ எனச் சந்தேகிக்கிறேன். நீ இல்லாத நேரங்களில் இந்த வீட்டில் நான் மட்டும் இருக்கும்போது என்னுடன் உண்மையாகவே நீ வாழ்ந்து வருகிறாயா அல்லது இதுவும் எனது கற்பனையா என்ற கேள்வி எழுகிறது. நீ என்னைவிட்டு வெளியூருக்கோ வெளிநாட்டிற்கோ சென்றிருக்கும்போது என்னுடன் ழகரி இருப்பதை என்னால் திடமாக உணரமுடியவில்லை. அவள் கண்ணுக்குப் புலனாகாத இருப்பாகிவிடுகிறாள். நான் இறந்தவனா, இன்னும் உயிரோடு இருப்பவனா என்ற சந்தேகக் கேள்விகள் என்னை யுகங்களாகத் தொடர்கின்றன. ஆனால், தமிழ்மொழி இருக்கும்வரை நானும் இருப்பேன், அதுவரை எனக்கு மரணம் நேராது என்பதில் உறுதியாக இருக்கிறேன். எனது மொழிக்கிடங்கு தமிழாலானது. தமிழ் வழியே சிந்திக்கிறேன். எனவே தமிழ் இருக்கும்வரை நான் சாகமாட்டேன். தமிழ் வழக்கொழிந்து போனால்தான் நான் இந்தப் பூமியில் அற்றுப் போவேன். இப்படியெல்லாம் நான் பேசுவதால் மொழிமீது ஆழ்ந்த பற்றுள்ளவன் என்று எண்ணிவிடாதே. தமிழால் சிந்திக்கும் உயிரி நான். எதிர்காலத்தில் தமிழ் அற்றுப்போன பிறகு உயிரோடு இருக்கும் கடைசித் தமிழனாகிய நான் யாருடன் பேசுவேன்? கடைசிவரை நீ என்னுடன் இருந்தால் நான் பிழைத்திருப்பேன். தமிழ் பேசுவதற்கு யாருமில்லாத காலத்தில் நான் செத்துவிடுவேன். எனக்கு மூளைச்சாவு ஏற்பட்டுவிடும். இதையும் நான் உறுதியாகச் சொல்லமாட்டேன்; என் உள்ளுணர்வு அப்படிச் சொல்கிறது. தேவகி, தமிழ்ப்பேச யாருமில்லாவிட்டால் நான் செத்து விடுவேன் என்பது ஒருவித மனநோய் என நினைத்துவிடாதே. நூற்றாண்டுகளைக் கடந்தவன் நான் என்பதை மறந்துவிடாதே.'

"விந்தணுவும் கரு முட்டையும் கலந்து உருவானவர்க்கு மரணமுண்டு. நாம் காலமும் வெளியும் கலந்து உருவானவர்கள். ஆதலால் மரணம் என்ற இயற்பியல் வினை நம் உடம்புகள் மீது நிகழ்வதில்லை. நம் உடம்புகள் புராதனமானவை; அதேசமயம்

அதிநவீனமானவை. உன் உடம்பு தமிழ்த் தன்மையானது என்றும் என் உடம்பு பன்னாட்டுப் பண்பாடுகளால் ஆனது என்றும் நீ நினைக்கிறாய்; அது அப்படியன்று. அடிப்படையில் யாருடைய உடம்பும் ஒற்றை இருப்பால் ஆனது இல்லை. அறிவு மட்டும் அன்று உடம்பும் காலத்தின் பல அடுக்குகளாலும் வரலாற்றின் பல பதிவுகளாலும் மேலே மேலே படிந்து படிந்து உருவான படிவுப் பாறைகளைப் போலச் சமைந்தது. பூமியைவிட்டு வெளியேறி வேற்றுக் கிரகத்தில் குடியேறினால் மனிதர்க்கு மரணமில்லை என்று கதைகட்டிவிட்டால் எல்லோரும் ஒட்டுமொத்தமாகப் பூமியைக் காலிசெய்துவிடுவர். மரணமற்ற வாழ்வைக் கண்டடைவதற்குத்தான் மனித மூளையின் ஆக்கச் செயல் திறன் செலவிடப்படுகிறது. மாதவனே, உனக்குப் பிறந்த மகள் பூமிதாவின் மூளையில், நீ வாழ்ந்து கடந்துவந்த நூற்றாண்டுகள் யாவும் பதிவாகி இருக்கும். அவளுடைய மரபணுக்களில் நீ பதிவாகியிருக்கும்போது அவளுடைய கண்களால் அவள் புழங்கும் வெளியை உன்னால் காணமுடியும். கொஞ்சம் முயன்றால் இங்கிருந்தபடியே அவளுடைய கனவுகளுக்குள்ளும் உன்னால் ஊடுருவ முடியும். தாம் காணும் கனவுகளை ஓவியங்களாக, இலக்கியங்களாக, திரைப்படங்களாக, இசையாக மாற்றும் கலைஞர்களுக்கு நடுவே சில விஞ்ஞானிகள் கனவுகளைக் காணும்போதே மின்னணுக்களால் பதிவுசெய்து காட்சிப்படுத்தும் முயற்சியிலும் ஈடுபடுகிறார்கள். சொற்களால் சிந்திக்கிறோம். சொற்கள் படிமங்களால் ஆனவை. எனவே சிந்திப்பதைச் சொற்களாகவன்றிப் படிமங்களாக்கிக் காட்சிப்படுத்தும் வேலையிலும் ஈடுபடுகிறார்கள். காட்சி விஞ்ஞானத்தின் நுண்ணறிவு, மொழியானது மனித அறிவைக் காலங்காலமாகத் தாங்கிப் பிடிக்கும் ஏகபோக ஆதிக்கத்தை முடிவுக்குக் கொண்டுவந்துவிடும். அந்தப் புள்ளியில் மொழியின் தேவை பின்னுக்குத் தள்ளப்படுகிறது. சித்திர எழுத்துகளுக்கு முந்தைய மனிதமூளை காட்சிகளாகச் சிந்தித்தது போல இனி நாம் மொழியைத் துறந்து படிமங்களாய்த் தரிசிப்போம். இனியான நாம் மொழியாலானவராக இல்லாமல் தரிசனங்களாலானவராவோம். கடைசித் தமிழனாக நீ மீந்து நிற்கும் அவலம் நேராது. சிரிக்காதே. மொழியிலிருந்தும் மனிதர் விடுதலையடையும் நாள் தூரத்திலில்லை.”

‘கதைகளாலானவன் நான், ஆயிரம் கதைகளாலான பிறகு காட்சிகளால் ஆனவனாகிவிடுவேன். நாம் சிந்தனையின் வரிவடிவத்தை மொழி என்கிறோம். சிந்தனையின் மறுபெயர் மொழி. மொழி வேறு சிந்தனை வேறு அல்ல. சிந்திப்பதால் இருக்கிறேன்

என்னும்போது சிந்திப்பதை நிறுத்தினால் இல்லாமலாகிறேன். இன்று ஒரு மூளை தான் சிந்திப்பதை நிறுத்திக்கொண்டது என்று மார்க்ஸின் இறுதியஞ்சலி உரையில் ஏங்கல்ஸ் குறிப்பிடுகிறார். மார்க்ஸ் – ஏங்கல்ஸ் போல வேறு இரட்டையர் யாரும் இன்றுவரை உருவாகவில்லை. பொதுவுடைமை போலவே இரட்டை மூளையின் ஒற்றைச் சிந்தனையும் பெருங்கனவாக, அடையமுடியாத ஏக்கமாக, மயானத்தில் பெருமூச்சாக உலவுகிறது. தேவகி, நீ அழுதிருக்கிறாயா? யாரையும் குற்றம் சொல்லாத, குறை சொல்லாத அழுகையைப் பிறரின் மரணத்துக்கு அழும்போது மட்டுமே வெளிப்படுத்த முடியும். யாருக்காக அழுதான்? என்றொரு கதையை ஜெயகாந்தன் எழுதினார். நான் பிறந்ததிலிருந்து அழுதுகொண்டிருக்கிறேன்; யாருக்காக அழுகிறேன் என்று இதுநாள்வரை தெரியவில்லை. அழுத மனம் கனிந்து விடுகிறது; பழம் பெரும் சோதியாகிறது.'

14

“**நா**ம் கதைகளாலானவர்கள். ஒவ்வொருவரிடமும் ஒரு கதையேனும் இருக்கிறது. கதைகளின் நெரிசலில் மூச்சுத் திணறுகிறோம். பூகம்பத்திலும் போரிலும் ஒரு நிலப்பகுதியே சின்னாபின்னப்படும்போது எத்தனை கதைசொல்லிகள் அரும்பாமலேயே மாண்டிருப்பர் என்றே துக்கப்படுவேன். அனைத்துத் துயரங்களிலிருந்தும் கதைகள் உன்னை விடுதலை செய்யும். தனது மரணத்திற்குப் பிறகும் தன்னைப் பற்றிய கதைகள் தாமே பல்கிப் பெருகுவதாலேயே ஒருவர் மரணமற்றவராகிறார். மயானத்திற்கு வெளியே உயிருள்ள கதைகள் உலவுகின்றன. மயானத்தில் உயிரற்ற கதைகள் உறங்குகின்றன. நூலகத்தில் ஒரு கதை வாசிக்கப்படும்போது அதை எழுதிச்சென்றவன் காலத்தில் மீண்டும் மீண்டும் உயிர்ப்பிக்கப்படுகிறான். மனிதர் அழிவார்; ஆனால் அவர் படைத்த கதைகள் அழிவதில்லை. ஒவ்வொருவரும் யாரேனுமொருவரின் கதைகூறலுக்குள் பதங்கமாகிவிட விழைகிறார். சங்ககாலச் சிற்றரசர்கள் தங்களிடம் பிச்சை பெற்ற புலவர்களின் பாடல்களில் இன்றும் வாழ்ந்துகொண்டிருக்கிறார்கள். உண்மையைச் சொல்கிறேன், தமிழிலக்கியம் பிச்சைக்காரர்களாலானது; சங்ககாலம் முதல் இன்றைய பின்நவீன காலம்வரை செம்மொழியில் பிச்சைக்காரர்களைத்தான் பார்த்துக்கொண்டிருக்கிறேன். படைப்பாளர்களைப் பிச்சைக்காரர்களாக இரண்டாயிரம் ஆண்டுகளாகத் தமிழ்ச் சமூகம் திட்டமிட்டு நிலைநிறுத்தி வைத்திருக்கிறது. பரிசில் வாழ்க்கை. இந்தியாவில் தலித்தாகப் பிறப்பதைவிடத் தமிழ்க் கவிஞனாகப் பிறப்பது சாபக்கேடானது. திருவள்ளுவர் உணவருந்தும்போது அவருடைய பத்தினி வாசுகி அம்மையார் ஒரு குவளைவில் நீரும் ஊசியும் அருகே வைப்பாராம். அம்மையார் சோறு பரிமாறும்போது இலைக்கு வெளியே சிந்துவதையும், தான் சாப்பிடும்போது கீழே சிந்துவதையும் வள்ளுவர் ஊசியால் குத்தியெடுத்து நீரில் அலசி மீண்டும் இலையிலிட்டுச் சாப்பிடுவாராம். வறுமை அவரைப் பருக்கைகளைப் பொறுக்கித்தின்ன வைத்திருக்கிறது. பாரதியார்

சோறு சோறு என எத்தனை இடங்களில் பேய்க்கூச்சல் போட்டிருக்கிறார் என்பதைத் தேடியெடுத்துப் பட்டியலிட்டு, பல்கலைக்கழக ஆய்வு மாணவர்கள் முனைவர் பட்ட ஆய்வை மேற்கொள்ளலாம். உலகில் எல்லா நாகரிகத்திலும் அன்னையர் தங்கள் குழந்தைகளைக் கதை சொல்லித் தூங்கவைக்கும் நடைமுறை இருக்கிறது. கதைகேட்டு உறங்கிய குழந்தையின் கனவும் கதையாக விரிகிறது. உறக்கம் என்பது கதைகள் விளையும் நிலம் என்றானபிறகு, குழந்தை உணவால் மட்டுமே ஆளாகவில்லை; அது கதைகளாலும் ஆளானது என்பதை நம்மைப் போன்ற சில சமூகங்கள் நம்ப மறுக்கின்றன. மனிதர்க்கு உணவு போல இலக்கியமும் உடம்பு, உயிர் இவற்றைப் பேண அவசியம். ரொட்டிகளைப் போலக் கதைப் புத்தகங்களை அடுக்கி மார்போடு அணைத்துக்கொண்டு நூலகத்திலிருந்து வீட்டிற்குச் செல்லும் சமூகங்களில் நான் வாழ்ந்திருக்கிறேன். ராப்பட்டினியால் வதங்கும் எழுத்தாளர்கள் நிறைந்த தமிழ்நாட்டில் நூறு ஆண்டிற்கு ஒரு கவிஞன் முளைப்பதே அரிதான நிகழ்வு. மூகரி கவிதைகள் எழுதுகிறாள். தமிழும் பிரெஞ்சும் கவிதைக்கான மொழிகள்."

'தேவகி, கவிதைகளைத் தின்று உயிர்வாழும் வித்தை தெரிந்தவன் நான். அவ்வித்தையை மூகரிக்குச் சொல்லித்தரமாட்டேன்; மனப்பிறழ்வுக்கு அவளை அது ஆளாக்கிவிடும். தமிழர் மூளை செயல்படும் இலக்கண அமைப்பு கவிதைக்கானது. இங்குக் கடவுள், காமம், வயிற்றுப்பாடு, நோய், அதிகார விழைவு என்பன யாவும் கவிதையால் ஆக்கப்பட்டுள்ளன. இதுவொரு சாபக்கேடு. தமிழர் என்பவர் ஓர் இலக்கிய உயிரியாகத்தான் பண்பாட்டு ரீதியாகக் கட்டமைந்துள்ளார். கலைக்கும் அறிவியலுக்குமான வேறுபாடுகளை வரையறுத்து வகைபிரிக்கச் சுணக்கம் காட்டுகிறோம். மூடநம்பிக்கைகளுக்கும் மதவழமைகளுக்கும் வேறுபாடு தெரியவில்லை. செயற்கைக்கோளை விண்ணுக்கு ஏவும்போது கண்திருஷ்டிப் பூசணிக் காயைப் படையலிட்டு முச்சந்தியில் உடைக்கிறோம். கடவுளின் துணையில்லாமல் எந்தவொன்றையும் நம்மால் புரிந்துகொள்ள முடிவதில்லை. பேருந்து நிலையத்தின் கட்டணக் கழிப்பறைக்குப் பூசையிட்டு ஆயுதபூசை செய்கிறோம். கடவுளை மறுக்கும் இடத்தில் பகுத்தறிவை முன்வைக்க வேண்டிய கலைஞர், கவிதையை முன்மொழிகிறார். கவிதை, கடவுளைச் சுமக்கும் கழுதை என்று சொன்னால் மூகரி கோபித்துக்கொள்வாள்.'

"தனியொருவருக்கான வாழ்க்கை என்று தனியாக எதுவுமில்லை. கும்பல் கும்பலாக மனிதக்கூட்டம் கொல்லப்படும்

காலத்தில் வாழ்கிறோம். மக்களைக் கொல்வதைத் தடுப்பதும் முறைப்படுத்துவதும் தள்ளிப் போடுவதும் எண்ணிக்கையைக் குறைப்பதும் பற்றிய பேச்சுவார்த்தையே உலக நாடுகளுக்கான அரசியல் என்றானபிறகு, மூகரி என்ற தனித்த இருப்புக்கான வாழ்க்கை என்று எதுவுமில்லை. என் உடம்பில் பலமுறை குண்டுகள் பட்டுத்தெறித்திருக்கின்றன; சிறிய காயங்களுடன் மேல்பூச்சு மருந்துகளால் அவை சரிசெய்யப்பட்டிருக்கின்றன. என்னுடன் வாழ்ந்தவர்களும் பழகியவர்களும் இயற்கை விதிப்படி மாண்டுவிட்டனர்; இவர்கள் ஒருசிலரே; பலர் செயற்கையாக மாண்டனர். உலக இயக்கத்தில் வாழ்ந்து முதிர்ந்து மறைந்தவரைவிடக் கொல்லப்பட்டோர் எண்ணிக்கை அதிகம். உயிரியல் வரலாற்றில் தம்மிடமே தோல்விகண்ட விலங்கு, மனிதரைத் தவிர வேறில்லை. எனக்கு உலகளாவிய மனித மரணம் வெறும் செய்தியாகிவிட்டது. நாம் அடிப்படையில் சகமனிதரைத் தின்று வாழ்ந்த இனக்குழு இயல்பினர். மனிதரைப் பலியிடுவதும் சாப்பிடுவதும் நம் ஆதாரப் பண்பு. அதன் நீட்சிதான் இன்று போர்களாக வெடிக்கின்றன. நாகரிகச் சமூகம், பண்பட்ட பண்பாடு என்று சொல்லிக்கொள்ள எதுவுமில்லை. வாழ்க்கை என்பது திட்டமிடப்பட்ட மரணத்திலிருந்து தப்பிப் பிழைப்பது. நம் மகளுக்குக் 'கொலையின் அறவியலும் அய். நா.வின் அரசியலும்' என்ற தலைப்பில் நாளை முதல் வகுப்பெடுக்கலாமென நினைக்கிறேன்."

'வேற்றுக் கிரகவாசிகளைப் பற்றிய கட்டுக்கதைகள் திட்டமிட்டுப் பரப்பப்படுகின்றன. மனிதரின் தர்க்க விதிகளின்படி அவர்களைப் பற்றிய புனைவுகள் வடிவமைக்கப்படுகின்றன. மனிதச் சிந்தனைக்கு அப்பாலான இயங்குதளத்தில் வைத்து வேற்றுக் கோளகர்களை அறுதியிட வேண்டும். எதிர்காலத்தில் பூமியில் அவர்களின் வருகைக்குப் பிறகே புதிய அரசியல் பொருளாதாரக் கருத்தியல் மாற்றங்கள் உண்டாகும். பூமியிலேயே ஒரு சமூகத்துக்குள் அந்நியச் சமூகத்தின் குறுக்கீட்டால்தான் புதிய சிந்தனைப் போக்கு உருவாகிறது. ஒரு சமூகத்தின் நிலைபெற்ற கருத்தோடு வெளியிலிருந்து உட்புகும் கருத்து மோதலால் ஏற்படும் விளைவே நம்மை அடுத்தக் கட்டத்தை நோக்கி நகர்த்துகிறது. புதிய கண்டங்களைத் தேடிப் புறப்பட்ட ஐரோப்பியரின் ஊடுருவலுக்குப் பிறகே இன்றைய உலக வரைபடம் உருவானது. ஐநூறு ஆண்டுகளுக்கு முன்பு, இன்றைய உலகம் அன்று இல்லை. அதுபோலவே வேற்றுக் கோளகர்களின் ஊடுருவலுக்குப் பிறகே இப்புவியில் தலைகீழ் மாற்றம் உண்டாகும். மனிதருக்குப் புதிய

தத்துவம் கிடைக்கும். புதிய மனிதர் தோன்றுவர். அந்தக் காலம் வரும்வரை மனிதரை மனிதர் கொன்றுகொள்ளும் புராதனச் சொல்லாடலே பொதுச் சொல்லாடலாக இருக்கும். வேற்றுக் கோளகர்களுடன் இனியான புதிய சொல்லாடல் தொடங்கும். செவ்வாயில் வட்டமேசை மாநாடு நடந்தாலும் நடக்கும். தேவகி, வட்டமேசை என்பது மனித வடிவவியல்; மனித வடிவவியல் தர்க்கம் மாறினால், எல்லாம் மாறும். மனிதர் மூளை மறைகழன்று பைத்தியம் பிடிக்கும். உலகப் பைத்தியக்காரர்களே ஒன்றுபடுங்கள்.'

"கம்யூனிஸ்ட் கட்சி அறிக்கையைக் கிண்டல் செய்யாதே. தமிழ்மொழியில் பத்து லட்சம் பிரதிகளுக்கும் அதிகமாக விற்கப்பட்ட ஒரே நூல் இது ஒன்றுதான். நான் படித்த முதல் புனைவிலக்கியம் இதுதான். உலக மொழிகளில் அச்சிட்டு ஏறக்குறைய இலவசமாக விநியோகித்து –பூமியின் எடையைவிட அச்சிட்ட காகிதத்தின் எடை அதிகமிருக்கும்– சோவியத் ஒன்றியத்தின் பொருளாதாரமே வீழ்ச்சியடையக் காரணமாக இருந்த இப்புனைவின் தாக்கத்திற்கு ஆட்படாத வேற்றுக் கோளகர்களின் அறிவு இடையீட்டால் மட்டுமே மனுக்குலத்துக்கு விடிவு கிட்டும். மாதவா, இடதுசாரிகள் இதுவரை அணு ஆயுதத்தை கையாண்டதில்லை. உறங்குபவரே கனவு காண்பர்; கனவுகாண்பவர் கொலை செய்வதில்லை."

15

'இந்தியா விடுதலை பெற்றபிறகு; புதுச்சேரி விடுதலை பெற்றிராத காலப்பகுதியில் நடந்த கதை இது. இரு கண்களாலும் ஒருசேர உறங்குபவர் பிரெஞ்சிந்திய நிலப்பகுதியில் இல்லாதிருந்த காலத்தில் ஒற்றைக் கண்ணால் உறங்கும் பழக்கத்திற்குக் குடிமக்கள் ஆட்பட்டிருந்தனர். அவர்களில் இடது கண்ணால் உறங்குபவர் இடதுசாரி என்றும், வலது கண்ணால் உறங்குபவர் வலதுசாரி என்றும் பிரெஞ்சிந்திய வரலாற்றில் குறிப்பிடப்படுகின்றனர். இடங்கண், வலங்கண் என்றும் இலக்கியங்களில் காணப்படுகின்றனர். இவர்கள் உறங்கும்போது ஒரு கண் திறந்திருக்க மறுகண் மூடியிருக்கும். மூடிய கண்ணால் தூங்கினாலும் திறந்த கண், காட்சியை உள்வாங்குவதில்லை. இமை திறந்திருந்தாலும் கண் விழித்திருப்பதில்லை. பிரெஞ்சுக்காரர்கள் இதை ஒருவித நோய் என்றனர். ஆனால், மக்கள் இதைத் தெய்வக்குத்தம் என்றே நம்பிவந்தனர். சாதிகளாகப் பிரிந்திருந்த மக்களை அணிபிரித்துத் தொகுக்கச் சிரமப்பட்ட ஆட்சியாளர்களுக்கு, இந்தக் கண் மாற்று உறக்கப் பிரிவினை வசதியாக இருந்தது. எல்லாச் சாதிகளையும் அதனதன் உட்பிரிவுகளையும் கொண்ட சிக்கலான சமூக அமைப்பை, எந்தவிதச் சிக்கலுமின்றி இடங்கண், வலங்கண் என்ற இரண்டே பிரிவுகளின் கீழ்த் தொகுத்துக்கொண்டனர். தீண்டத்தகாதார் என்ற ஒரு பிரிவினர் இடங்கண், வலங்கண் என்ற இரண்டு பிரிவுகளிலும் நீக்கமறக் கலந்து தீண்டத்தகாதார் என்னும் அடையாளம் அழிந்து சமூகப் பொதுத்தளத்துக்குள் வரலாற்றில் முதன்முதலாகக் கலந்தனர். இந்தச் சமூக நிகழ்வை ஒற்றைக்கண் புரட்சி என்று சமூக விஞ்ஞானிகள் குறிப்பிடுகின்றனர். சுதந்திரம், சமத்துவம், சகோதரத்துவம் என்ற முப்பெரும் கருத்தியலை உலகுக்கு வழங்கிய பிரஞ்சுக்காரர்கள் தங்கள் சொந்தச் சமூகத்துக்கு வெளியே அவற்றிற்கு எதிராகச் செயல்படும் முரண்நிலையை, காலனியாதிக்க அரசியல் கருத்தியல் மோசடியைக் கூசாமல் செய்துவருவதை எடுத்துக்கூறி அவர்களை நாட்டைவிட்டே

வெளியேறச் செய்தனர், புதுச்சேரிப் புரட்சிப் படையினர். ஆனால், புதுச்சேரி விடுதலை பெற்று தனிநாடாக அமையாமல் இந்தியத் துணைக்கண்டத்தில் மீண்டும் ஒரு காலனிப் பகுதியாக மாறிய கதை மூலம் தமிழர்களை இளிச்சவாயர்கள் பட்டியலில் உலக வரலாறு குறித்துக்கொண்டது. புதுச்சேரியின் விடுதலை இயக்கங்கள் யாவும் தெலுங்கர்களின் தலைமையின் கீழ்ச் செயல்பட்டன. அதனால், தமிழர்க்குத் தனிநாடு என்ற ஒற்றைக்கண் கனவு, காணப்பட்டும் நடைமுறைக்குக் கொண்டுவராமல் தவிர்க்கப்பட்டது. புதுச்சேரித் தமிழர்க்கு ஒற்றைக்கண் தமிழர் என்ற பெயர் இதற்குப் பிறகே வரலாற்றில் நிலைத்தது.'

"இந்திய வரலாறு பற்றிப் பேசும் பல நூல்களைப் பல்வேறு மொழிகளில், அந்தந்த மொழிகள் பேசும் நிலப்பகுதியிலேயே வைத்துப் படித்திருக்கிறேன்; எங்கும் எதிலும் தமிழர் பற்றிய செய்தி இருக்காது. இந்தியாவுக்கு வெளியே பேசப்படும் இந்திய வரலாற்றில் தமிழர் இருப்பு திட்டமிட்டே இருட்டடிப்புச் செய்யப்பட்டுள்ளது. இந்தி பேசுபவர் இந்தியர் என்றும் சமஸ்கிருதமே இவர்களின் அறிவுமொழி என்றும் வெளியிலிருப்பவர் அறிந்துவைத்திருக்கின்றனர். தமிழ்நாடு என்றால் இந்தியாவின் தென்கடலில் பாறைமீது கட்டப்பட்டிருக்கும் விவேகானந்தர் மண்டபம் இருக்கும் இடம் என்ற தகவலை மட்டுமே அறிந்துள்ள ஐரோப்பிய அமெரிக்கப் பொதுப்புத்தி, என் ரத்த அழுத்தத்தை எகிற வைத்துள்ளது. இதற்குக் காரணம் தமிழர்களே; அரசியல் அறிவோ வரலாற்று உணர்வோ இல்லாத; தம் தாய் மொழியைப் பொதுவிடத்தில் பேச வெட்கப்படும் இந்த அள்ளக்கைக் கூட்டம் போல் உலகில் வேறெங்கிலும் நான் கண்டதில்லை. காக்கைகளுக்கும் தமிழர்களுக்கும் நிறைய ஒற்றுமை உண்டு. கபாடபுரத்தின் தேசியப் பறவையாக காகமே இருந்தது. க் என்ற மெய்யும் ஆ என்ற உயிரும் சேர்ந்து பிறந்ததே காகா என்ற அள்ளக்கைப் பறவை."

'தேவகி, உணர்ச்சிவசப்படாதே. நாம் நிகழும் இந்த வெளி ஒரு நாடகமேடை. இந்த அரங்கில் கூடியுள்ளோர் யாவரும் தமிழர். இந்தப் புதுச்சேரி ஒரு பாரதிதாசனூர். தமிழை ழகர உச்சரிப்போடு பேசும் தமிழர் வாழும் மிகச் சிறிய பகுதி உலகில் இது மட்டும்தான். தமிழருடன் ஒப்பிட்டுக் காகத்தை கேவலப்படுத்தாதே. காகா என்று கத்தினால் காகம், கீக்கீ என்று கத்தினால் கிளி, குக்கூ என்று கத்தினால் குயில்; இப்படியாகப் பறவைகளால் உருவான மொழி பேசும் நம்மால் பறக்க முடியாது என்பதால் பறவைகள் நம்மை இழிப்பதில்லை. ஈழ

நிலப்பரப்பைவிட்டு காகங்கள் கடல் தாண்டுவதில்லை என்று பறவையியலாளர் கணிக்கின்றனர். இறந்தவர் காகமாகிவிடுவார் என்பது தமிழர் நம்பிக்கை. ஈழவானில் காகங்களின் பெருக்கம். பறக்கும்போதே முட்டையிடுகின்றன. ஆகாயத்தில் மிதக்கும் முட்டைகள் பொரிந்து பறவையாகின்றன. காகம், அது மூன்றாம் உலகப் பறவை. அதற்கு அரசியல் தெரியும். அது ஈழத்தைவிட்டு இடம்பெயர்வதில்லை.'

"மரணமில்லாத இந்த நெடிய வாழ்க்கை என்னை அலுப்படைய வைக்கிறது. மரணமற்ற பெருவாழ்வு என்ற ஏக்கம் அபத்தமானது. உண்மையில், மரணத்தைத் திட்டமிடுவதில்தான் உலக அரசியல் பொருளாதாரம் அர்த்தமடைகிறது. சிலுவைப் போர்கள், உலகப்போர்கள், வளைகுடாப் போர்கள், இஸ்லாமியப் போர்கள் இவையாவும் திட்டமிடப்பட்ட மரணத்தை நிகழ்த்துகின்றன. பிறப்பு திட்டமிட்ட ஒன்றில்லை; ஆனால் மரணத்தைத் திட்டமிடுவதில்தான் வாழ்க்கையின் பொருள் இருக்கிறது. மரணத்தைப் பொருள் பொதிந்ததாகவும் கலைநயம் அழகியல் மதிப்புக் கூடியதாகவும் ஆக்கித்தரும் ஓர் அரசை உருவாக்கிக் கொள்ளவே நாம் போராடுகிறோம். சாகப் பிறக்கிறோம் என்பது அனைவருக்கும் தெரிந்திருந்தும் நாம் வாழ எடுக்கும் முயற்சிகளெல்லாம் மரணத்தைப் பொருளுடையதாகவும் பொருத்தப்பாடுடையதாகவும் அமைத்துக் கொள்வதில் உண்டாகும் சிக்கல்களை களைவதற்கேயாம். மரணத்தை முன்நிபந்தனையாக வைத்தே வாழ்க்கையைக் கட்டமைக்கிறோம் என்பதை நாம் மறந்துவிடுகிறோம். சர்வாதிகாரிகளும் சாவார்கள், அமெரிக்க ஜனாதிபதிகளும் சாவார்கள் என்பதைச் சம்பந்தப்பட்டவர்கள் மறந்துவிடுகிறார்கள். உலக முன்னேற்றம், தொழில்நுட்ப வளர்ச்சி யாவும் மரணத்தை அடித்தளமாகக் கொண்டவையே. மரணம் என்பது பூமியை மையமாகக் கொண்டது, ஆகவே புவிமண்டலத்திற்கு வெளியே புதிய கோளகையில் மரணமற்ற வாழ்வு சாத்தியமாகலாம் என்ற எதிர்பார்ப்பு பொய்யானது. மானுட சமூக வளர்ச்சி என்பது மரணத்தின் மீது கட்டியெழுப்பப்பட்டுள்ளது. மனித மரணத்தின் மீது காலூன்றி நிற்கிறது கடவுள்; மனிதப் பெருவெளியில் காலூன்றக் கடவுளுக்கு வேறிடமில்லை. உனது கதைகூறலுக்குள் நீயும் எனது கதைகூறலுக்குள் நானும் நமது இருப்பை நீட்டித்துக் கொண்டிருக்கிறோம். நமது கதைகளுக்கு வெளியே இது சாத்தியமில்லை. கதையாகவன்றி வேறெதுவாகவும் கடவுள் இல்லை. கடவுள் பற்றிய கதையே உலகப் பேரிலக்கியம்; அதற்கு

இணையான சொல்லாடல் வேறில்லை. பூமியைத் தவிர வேறு கோளகையில் கடவுள் என்ற சொல்லாடல் இல்லை. உலகம், மனிதம், மரணம், கடவுள் இவற்றைத் தவிர்த்த ஒரு கதையை நானும் நீயும் உருவாக்க முனைகிறோம். அப்புதிய சொல்லாடலில் சிக்கிக்கொண்டு மூன்று நூற்றாண்டிற்கும் மேலாகத் தவிக்கிறோம்."

'பின்னோக்கி நகர்கிறது மூகரியின் காலம். அவள் தனது மேல்நிலைக் கல்வியை இந்த ஆண்டு முடித்துவிடுவாள். அதற்குப் பிறகு தனது மேல்படிப்பை, பிரான்சில்தான் தொடரமுடியும். நீ அவளுடன் பிரான்சிற்குச் சென்றுவிடு. அவள் இந்த நூற்றாண்டிற்குள் இறந்துவிடுவாள். அதுவரை அவளுடன் இரு. அடுத்த நூற்றாண்டில் மீண்டும் புதுச்சேரிக்கு வந்து என்னுடன் சேர்ந்துகொள். ஒன்றை மட்டும் ஞாபகம்கொள்; அவள் இருபதாம் நூற்றாண்டில் வாழ்ந்து காலத்தின் கீழ்நோக்கிய ஆழத்தில் நகரும்போது, நீ இருபத்தோராம் நூற்றாண்டில் வாழ்ந்து காலத்தின் மேல்நோக்கிய ஆழத்தில் நகர்வாய். போய்வா, காலமும் வெளியும் முடிவற்றவை மட்டுமல்ல அவை வெற்று பாவனை, மனப்பாசாங்கு. நான் இதே புள்ளியில்தான் உனக்காகக் காத்திருப்பேன். இந்தப் புதுச்சேரிக் கடலில் பிரெஞ்சுக்காரர்கள் கால் நனைப்பதற்கு முன்பு எனக்கொரு அக்காள் இருந்தாள். அவளைப் பற்றி பிறகு சொல்கிறேன். அவள் நட்சத்திர மண்டலத்திலிருந்து கீழிறங்கி என்னைத் தேடி விளையாட வருவாள். அவள் மீது மூத்திரவாடை வீசும்; அது கோகிலாம்பாள் கோயிலின் இருண்ட பிரகாரத்து வெளவால்களின் குமைந்த வாடையை ஒத்ததாய் இருக்கும்.'

* * *